பிரிட்டிஷ் இந்தியாவில்
பசுவதையும் எதிர்ப்பும்

பிரிட்டிஷ் இந்தியாவில்
பசுவதையும் எதிர்ப்பும்
(1880 – 1894)

தரம்பால், டி.எம். முகுந்தன்

தமிழில் : B.R.மகாதேவன்

பிரிட்டிஷ் இந்தியாவில் பசுவதையும் எதிர்ப்பும்

British Indiavil Pasuvadhaiyum Ethirpum

by *Dharampal, T.M. Mukundan* ©

Tamil Translation by *B.R. Mahadevan* ©

First Edition: December 2022
120 Pages
Printed in India.

ISBN: 978-93-90958-82-5
Kizhakku 1305

Kizhakku Pathippagam
177/103, First Floor, Ambal's Building, Lloyds Road,
Royapettah, Chennai - 600 014. Ph: +91-44-4200-9603
Email : support@nhm.in   Website : www.nhm.in

 kizhakkupathippagam   kizhakku_nhm

Kizhakku Pathippagam is an imprint of New Horizon Media Private Limited

'முகமதியர்களை எதிர்த்துத்தான் இந்தப் பசு பாதுகாப்பு இயக்கம் நடைபெறுவதாகச் சொல்லப் பட்டாலும் உண்மையில் அது நமக்கு எதிரான போராட்டம்தான். முகமதியர்களைவிட நாம் தாம் நமது படையினருக்கு உணவாக மிக அதிக அளவில் பசுக்களைக் கொல்கிறோம்...'

8.12.1893-ல் வைஸ்ராய் லேண்ஸ்டவுனுக்கு
விக்டோரியா மகாராணி எழுதிய
ஒரு கடிதத்தில் இருந்து

உள்ளே

முன்னுரை

நம் தேசம் ஒரு புண்ணிய பூமி என்ற நம்பிக்கை இந்தியர்களுக்கு ஆதிகாலத்தில் இருந்தே இருந்துவந்திருக்கிறது. இந்தப் புண்ணிய பூமியில் புழு, பூச்சிகள், எறும்புகள், விலங்குகள், தாவரங்கள் சிறியவையானாலும் பெரியவையானாலும் எல்லாவற்றுக்குமே வாழ்வதற்கான உரிமை உண்டு. ஒவ்வொரு உயிரிலும் உறைந்திருக்கும் ஆன்மாவானது ஓர் உயிர் வடிவில் இருந்து இன்னொன்றுக்கு பல்வேறு பிறவிகளை எடுத்தபடிப் பயணம் செய்கிறது. இறுதியில் ஒவ்வொரு தனி ஆத்மாவும் அனைத்தையும் படைத்த பரப்பிரம்மத்தில் சென்று ஐக்கியமாகிறது. இதுவே இந்துக்களின் நம்பிக்கை. சில நூற்றாண்டுகளுக்கு முன்னால் கிறிஸ்தவம், இஸ்லாம் போன்ற மதங்களுக்கு மாறியவர்கள்கூட ஆன்மாவின் இந்தப் பயணத்தை நம்புகிறார்கள்.

உலகில் இருக்கும் உயிரினங்களிலே பசுவே மிகவும் புனிதமானதாக, மங்கலமானதாக இந்தியாவில் மதிக்கப்படுகிறது. பழங்கால இந்திய ரிஷிகள் இயற்றிய வேதங்கள் தொடங்கி பிற்கால இலக்கியங்கள், நாட்டார் மரபுகள் ஆகியவற்றில் இந்தத் தனித்தன்மை வாய்ந்த புனிதக் கருத்தாக்கம் இடம்பெற்றிருக்கிறது.

கி.பி.1860வாக்கிலிருந்து மேற்கத்தியத் தாக்கம் பெற்ற இந்தியர்கள் மீது செல்வாக்கு செலுத்தும் நோக்கில் பிரிட்டிஷ் மற்றும் ஐரோப்பிய அறிஞர்கள் வேத இலக்கியங்களுக்குப் புதிய விளக்கங்கள் கொடுக்க ஆரம்பித்தனர். வேதங்களும் அதனுடன் தொடர்புடைய பிற படைப்புகளும் 'விசேஷத் தருணங்களில் காளை அல்லது பசுவின் மாமிசத்தை உண்டிருக்கிறார்கள்; அதை ஆதரித்திருக்கிறார்கள்; கொண்டாடியிருக்கிறார்கள்' என்றெல்லாம் எழுதினார்கள்.

19ம் நூற்றாண்டின் மத்தியில் இருந்த இந்த மேற்கத்தியப் பார்வையானது இந்திய மனங்களில் பசுவுக்கு இருக்கும

புனிதத்துவத்தைக் குறைக்க, மிகத் தீவிரமான அறிவுலக முன்னெடுப்புகளைச் செய்தபோதிலும் இந்திய மனங்களில் எந்தப் பெரிய தாக்கத்தையும் ஏற்படுத்தவில்லை.

மாட்டுக் கறிக்காக 150 ஆண்டுகளுக்கும் மேலாக பிரிட்டிஷாரால் தினமும் பசுக்கள் கொல்லப்பட்டன; பிரிட்டிஷ் காலத்தில் பசுக்களின் பராமரிப்பு வெகுவாகக் கைவிடப்பட்டது. அன்றிலிருந்து இன்றுவரையிலும் அப்படியான புறக்கணிப்பு தொடர்ந்துவருகிறது. எனினும் பெரும்பாலான இந்தியர்களுக்கு பசு புனிதமானதாகவே இன்றும் இருந்துவருகிறது.

2

இந்தியாவில் பசுக்கொலை மற்றும் பசுவதையானது இஸ்லாமியப் படையெடுப்பாளர்கள் இந்தியாவில் காலடி வைத்ததில் இருந்து ஆரம்பித்ததாகச் சொல்லப்படுகிறது. எட்டாம் நூற்றாண்டு வாக்கில் இஸ்லாம் இந்தியாவில் நுழைய ஆரம்பித்தது.

இந்தியாவின் வடக்கு மற்றும் மேற்குப் பகுதிகளில் இஸ்லாமின் மிகுதியான செல்வாக்கு 1200க்குப் பின்னர் ஆரம்பித்தது. 1200-1700 வரையில் ஆசியாவின் மேற்கு மற்றும் மத்திய பகுதிகளில் இருந்து படையெடுத்து வந்த இஸ்லாமிய ஆட்சியாளர்கள் இந்தியாவின் வடக்கு மற்றும் மேற்குப் பகுதிகளில் ஆட்சி அதிகாரத்தைக் கைப்பற்றினர். இந்தப் பிராந்தியங்களில் குடியேறியதோடு அங்கிருந்த பெரிய நகரங்கள், ஊர்களைத் தமது கட்டுப்பாட்டுக்குள் கொண்டுவந்தனர்.

இந்த ஐந்து நூற்றாண்டு காலகட்டத்தில், இந்தியாவில் கிராமங்களில் வாழ்ந்தவர்களில் பெரும்பான்மையினர் குறிப்பாக பஞ்சாப், வங்காளப் பகுதிகளில் வாழ்ந்தவர்கள் இஸ்லாமுக்கு மதம் மாற்றப்பட்டனர். அப்படியாக ஆசியாவின் மேற்கு மற்றும் மத்திய பகுதிகளில் இருந்து வந்தவர்கள் நகரங்களில் வசித்து வந்திருக்க, மதம் மாற்றப்பட்ட விவசாயிகள், நெசவாளர்கள், பிற கைவினைக் கலைஞர்கள் எல்லாரும் வங்காளம், பஞ்சாப், பிஹார், யுனைட்டட் பிராந்தியம் போன்ற பிரதேசங்களில் இருந்த கிராமங்கள், சிறிய ஊர்கள் ஆகியவற்றில் வாழ்ந்து வந்தனர்.

இந்தியாவுக்கு வருவதற்கு முன்பாக, மத்திய மற்றும் மேற்குப் பகுதி ஆசிய இஸ்லாமியர்களிடையே சப்பாத்தி ரொட்டி, ஆடு, ஒட்டகம் ஆகியவற்றின் மாமிசம் இவையே உணவாக இருந்தன. விழாக்கள்

மற்றும் மதம் சார்ந்த நிகழ்வுகளில் (ஆண்டுக்கு ஒரு முறை கொண்டாடப்படும் பக்ரீத் போன்றவற்றில்) ஆடுகளைப் பலிகொடுப்பதும் அந்த மாமிசத்தை உண்பதும்தான் புனிதச் சடங்காகச் சொல்லப்பட்டிருக்கிறது. விருந்து உண்பவர்களின் எண்ணிக்கை ஏழு பேருக்கு மேல் இருந்தால் ஒட்டகத்தைப் பலி கொடுத்து உண்ணலாம் என்று சொல்லப்பட்டிருக்கிறது. இஸ்லாம் தோன்றிய பாலைவனப் பிரதேசத்தில் பசுக்கள் அதிகம் கிடையாது. எனவே பசுவைப் பலிகொடுக்கும் வழக்கம் இஸ்லாமில் இருந்திருக்கவில்லை.

இந்தியாவில் இஸ்லாம் வேரூன்றத் தொடங்கிய காலகட்டத்திலும் ஆடுகள், ஒட்டகங்கள் ஆகியவையே பக்ரீத் மற்றும் பிற இஸ்லாமியக் கொண்டாட்டங்களில் பலிகொடுக்கப்பட்டன. காலப்போக்கில் ஒட்டகப் பலிக்குப் பதிலாக பசுவைப் பலிகொடுக்க ஆரம்பித்தனர். பிற்காலத்தில் இந்தியர்களுக்கும் அவர்களை அடக்கி ஆண்ட இஸ்லாமியர்களுக்கும் இடையில் பகைமை அதிகரிக்கத் தொடங்கவே இந்தியர்களின் உணர்வுகளைப் புண்படுத்தும் நோக்கிலும் தமது மேலாதிக்கத்தை நிலைநாட்டும் நோக்கிலும் இஸ்லாமிய ஆக்கிரமிப்பாளர்கள் பசுக்களை மிகுதியாகக் கொல்ல ஆரம்பித்தனர். ஆனால், தம்மால் அடக்கி ஆளப்படும் இந்தியர்கள் மனதில் வெறுப்பை மட்டுப்படுத்தவேண்டும் என்று விரும்பிய பல இஸ்லாமிய மன்னர்கள் பல்வேறு காலகட்டங்களில் தமது ஆளுகைக்கு உட்பட்ட பகுதிகளில் பசு கொலைக்குத் தடை விதிக்கவும் செய்திருக்கிறார்கள்.

1200-1700 வரையில் இஸ்லாமிய ஆட்சி நடந்த ஐந்நூறு ஆண்டுகளில் எவ்வளவு பசுக்கள் கொல்லப்பட்டன; பசுக் கொலை எந்த அளவுக்கு நிலவியது என்பது தொடர்பாக புள்ளிவிவரங்கள் எதுவும் கிடைக்கவில்லை. இதில் சுமார் 200-300 ஆண்டுகளில் பசுக் கொலை பரவலாக இருந்திருக்காது என்று சொல்லலாம். அல்லது அதிக இடங்களில் அடிக்கடி பசுக் கொலைகள் நடந்திருக்கும் என்றும் சொல்லலாம். பசுக் கொலை தடுப்பு தொடர்பாக மிகவும் தீவிரமாகச் செயல்பட்டு அனைத்து மாநிலங்களிலும் பசு வதைத் தடுப்புச் சட்டம் உருவாகக் காரணமான ஒருவர் 1950 வாக்கில் சொன்ன ஒரு கணிப்பின்படி 'இஸ்லாமிய ஆட்சி நடைபெற்ற ஐந்நூறு ஆண்டுகளில் ஆண்டுக்கு 20,000 பசுக்களுக்கு மேல் கொல்லப் பட்டிருக்க வாய்ப்பில்லை' என்று சொல்லப்பட்டிருக்கிறது.

1700க்குப் பின்னர் பசுக் கொலை மிகவும் குறைந்திருக்கும் என்றும் நாம் சொல்லமுடியும். முதலாவதாக, இந்தியாவில் இஸ்லாமுக்கு

மாற்றப்பட்டவர்களில் பெரும்பாலானவர்கள் ஒருபோதும் பசுக் கொலை செய்ய அல்லது பசு மாமிசம் உண்ண ஆரம்பித்திருக்க வில்லை. இரண்டாவதாக, 1700 வாக்கில் இஸ்லாமிய ஆதிக்கம் வெகுவாகக் குறைந்துவிட்டிருந்தது. எனவே, பசு கொல்லப் படுவதும் அதனால் குறைந்துபோய்விட்டது.

ஆனால், இப்போது அல்லது கடந்த 200 ஆண்டுகளில் பசுக் கொலை நடைபெற்று வருவதற்கு இஸ்லாமிய ஆதிக்கம் ஆரம்பித்த காலத்தில் இருந்து அது நடைபெற்றுவருவதுதான் காரணம் என்ற எண்ணம் இருந்துவருகிறது. அநேகமாக இந்த எண்ணம் 19ம் நூற்றாண்டின் மத்திய பகுதியில் இருந்துதான் ஆரம்பித்திருக்கவேண்டும்.

மிகுந்த கல்வி அறிவும் சிந்தனைச் செழுமையும் கொண்ட இந்தியாவின் உச்ச நீதிமன்ற நீதிபதிகள் கூட எதற்கும் பயனற்ற விலங்குகள் என்று சொல்லப்படும் அடிமாடுகளை வெட்டிக் கொல்வது தொடர்பாகத் தீர்ப்புகள் வழங்கும்போது ஒரு முக்கிய விஷயத்தைக் கவனத்தில் கொள்வதில்லை. கடந்த 200 ஆண்டுகளில் பெருமளவில் நடந்துவரும் பசுக்கொலை மற்றும் பிற உயிர்க்கொலைச் செயல்பாடுகளுக்கும் இஸ்லாமிய ஆதிக்கம் நிலவிய ஐந்நூறு ஆண்டுகளில் நிலவிய புனிதச் சடங்கு மற்றும் அரசியல் நோக்கங்கள் சார்ந்த பசுவதைக்கும் இடையில் ஏதேனும் சம்பந்தம் இருக்கிறதா என்பதைத் தெரிந்துகொள்ள எந்த முயற்சியும் அவர்கள் எடுக்கவில்லை.

பசு வதையை உடனடியாக, முழுமையாகத் தடுக்கவேண்டும் என்று கேட்பவர்கள் கூட இந்தப் பசுவதை என்பது முழுக்கவும் பசு மாமிசத்துக்காக மட்டுமே கொல்லப்படுவதாகச் சொல்வதில்லை.

ஓர் இந்தியரைப் பொறுத்தவரையில் பசுவை அதன் மாமிசத்துக்காகத்தான் கொல்கிறார்கள் என்பதை நினைத்துப் பார்க்கவே முடிவதில்லை. தோலுக்காகக் கொல்லப்படுவதென்பது இன்றைய காலகட்டத்தில் ஒருவகையில் ஏற்றுக்கொள்ளப் பட்டிருக்கிறது.

3

போர்ச்சுகீசியர்கள் கி.பி. 1498-ல் கோழிக்கோடு பகுதிக்கு வந்ததைத் தொடர்ந்து நவீன ஐரோப்பாவின் இந்தியத் தொடர்புகள் ஆரம்பித்தன. கோழிக்கோடுக்கு வந்து சேர்ந்த சில வருடங்களிலேயே கோவாவை ஆக்கிரமித்து அங்கிருந்தவர்களைத்

தாக்கியும் மனதைப் புண்படுத்தியும் அழிவு வேலைகளை ஆரம்பித்துவிட்டனர். 1950 வரை அதாவது சுமார் 450 ஆண்டுகள் வரை அந்தப் பிராந்தியத்தைத் தமது முழுக் கட்டுப்பாட்டில் வைத்திருந்தனர். இதே 1500 காலகட்டத்தில்தான் ஐரோப்பிய சக்திகள் அமெரிக்கா, ஆஃப்ரிக்கா, தென் கிழக்கு ஆசியா, சீனா, ஜப்பான், ஃபிலிப்பைன்ஸ் பின்னாளில் ஆஸ்திரேலியா, நியூஸிலாந்து போன்ற நாடுகளை ஆக்கிரமித்து கொள்ளை, கொலை நடவடிக்கைகளில் இறங்கினர். பல நாடுகளில் பூர்வ குடிகளை முழுவதுமாக அழித்தொழிக்கவும் செய்தனர்.

1500லிருந்து 1750 வரை இந்தியாவும் போர்ச்சுகல், நெதர்லாந்து, ஃப்ரான்ஸ், முக்கியமாக கிரேட் பிரிட்டன் என பல்வேறு மேற்கு ஐரோப்பிய நாடுகளின் புயல் போன்ற முற்றுகைத் தாக்குதல்களுக்கு உள்ளானது. இந்தியப் பெருங்கடலில் இருந்த அண்டை நாடுகளுடனான இந்தியாவின் தொடர்புகளை இந்த முற்றுகைத் தாக்குதல் முடக்கிவிட்டது. அப்படி பலவீனமடைந்ததால், பல இந்திய மன்னர்கள், ஐரோப்பிய சக்திகளுக்கு வர்த்தக மையங்கள், கோட்டைகள் அமைத்துக்கொள்ளச் சிறிய பிராந்தியங்களை விட்டுக் கொடுக்க வேண்டிவந்தது. சில அரசர்கள் உள் நாட்டு வணிக உரிமையையும் அவர்களுக்குக் கொடுத்தனர்.

சுமார் 1615வாக்கில் முகலாய அரசர் ஜஹாங்கீர், தமது கப்பல்களை பாரசீக வளைகுடாவில் நுழையவிடாமல் தடுத்த போர்ச்சுகீசியர் களுக்கு எதிராக பிரிட்டிஷ் கப்பல் படையின் உதவியைக் கேட்டுப் பெற்றார். போர்ச்சுக்கீசியர்கள் மற்றும் பிற ஐரோப்பிய சக்திகளுக்கு எதிரான இதுபோன்ற உதவிகளுக்குக் கைமாறாக சூரத் மற்றும் அதன் அருகில் இருந்த பகுதிகள் மீதான உரிமையை பிரிட்டிஷாருக்கு அவர் விட்டுக் கொடுத்தார்.

ஐரோப்பிய சக்திகள் இந்தியாவின் மேற்கு மற்றும் கிழக்குக் கடற்கரைகளில் கணிசமான எண்ணிக்கையிலான வர்த்தக மையங்கள், வலிமையான கோட்டைகள் ஆகியவற்றை அமைத்தன. எனினும் கோவாவில் போர்ச்சுகீசியர் தமது ஆதிக்கத்தை நிலை நாட்டியதுபோல் பிற ஐரோப்பிய சக்திகள் எதுவும் 1750 வரையில் இந்தியாவின் எந்தவொரு பகுதியிலும் தம் ஆதிக்கத்தைப் பெரிதாக நிலைநாட்டியிருக்கவில்லை.

தமிழகத்தில் முஸ்லிம் ஆதிக்கத்தின் கீழ் இருந்த ஆர்காடு பகுதிக்கு யார் உரிமையாளர் என்று இரு முஸ்லிம் தரப்புகள் மோதிக் கொண்டன. பிரிட்டிஷாரும் ஃப்ரெஞ்சுகாரர்களும் தமக்குள் மோதல்

இருப்பதுபோல் காட்டிக்கொண்டு, இந்த இருவருடைய சார்பில் சண்டையிடத் தொடங்கினர். மிகப் பெரிய சண்டையாக இது மாறியது. அதைத் தொடர்ந்து 1799 வாக்கில் பிரிட்டிஷார் தென் இந்தியா முழுவதையும் தம் ஆளுகையின் கீழ் கொண்டுவந்து விட்டனர்.

மதராஸ் பகுதியில் கிடைத்த இந்த வெற்றியைத் தொடர்ந்து பிரிட்டிஷார் வேகமாக இந்தியாவை முழுவதுமாக ஆக்கிரமிக்கத் தொடங்கினர். 1750களில் தமது கட்டுப்பாட்டுக்குள் வந்தவற்றின் மீதான பிடியை இறுக்கிக்கொண்டதோடு புதிய பகுதிகளையும் கைப்பற்றத் தொடங்கினர். வங்காளத்தின் பெரிய பகுதிகளை 1757 வாக்கில் வென்று தம் ஆளுகையின் கீழ் கொண்டுவந்தனர். தேசம் முழுவதிலும் முன்னெடுத்த முடிவற்ற போர்கள், எங்கு பார்த்தாலும் சுரண்டல்கள், தாங்க முடியாத ஆடம்பரம், முழுமையான நிர்வாகக் குழப்பம், வட இந்திய ராஜ்ஜியங்களில் நிலவிய குழப்பங்கள், கலகங்கள் இவற்றின் காரணமாக பிரிட்டிஷாரின் கை தேசம் முழுவதும் ஓங்கியது.

1762 வாக்கில் அவர்கள் யாரை முகலாய அரசர் என்று கை காட்டுகிறாரோ அவரே தில்லியில் பேரரசராக இருந்து ஆட்சி செய்யும் நிலை உருவானது. இந்த அரச பதவி என்பது பெயரளவிலானதாக மட்டுமே இருந்தது. அந்த இஸ்லாமிய மன்னர் ஒருவகையில் கைதி போலவும் பிரிட்டிஷார் கொடுக்கும் ஓய்வூதியத்தைப் பெற்றுக்கொண்டு காலத்தை ஓட்டும் பொம்மை யாகவும் இருக்கவேண்டிவந்தது. முதலில் பிரிட்டிஷார் இப்படி ஆதிக்கத்தில் இருந்தனர். அதன் பின் சிறிது காலத்துக்கு மராட்டியர்களின் கை ஓங்கியது. அதன் பின் மீண்டும் பிரிட்டிஷார் கை ஓங்கியது.

ஒப்புக்கு அரியணையில் அமர்ந்திருந்த முகலாய பேரரசர் மூலமாக, பிற இஸ்லாமிய அரசர்களை பிரிட்டிஷாரின் உத்தரவுகளுக்குக் கீழ்ப்படிய வைத்தனர். அயோத்தியாவின் நவாப், ஹைதராபாத்தின் நவாப் என்று பெரிய பட்டங்களைச் சூட்டிக்கொண்ட (பின்னர் நிஜாம் என்ற பட்டம்) இவர்கள் உண்மையில் பலவீனமாகவே இருந்தனர். ஏற்கெனவே 1750, 1757 வாக்கில் ஆற்காடு நவாப் மற்றும் வங்காள நவாப்கள் எல்லாம் பிரிட்டிஷாரால் நியமனம் செய்யப்பட்டவர்களாகத்தான் இருந்தார்கள். இப்போது அவர்கள் மேலும் ஒருபடி கீழிறக்கப்பட்டு பிரிட்டிஷாரால் நியமிக்கப்பட்ட தில்லி இஸ்லாமிய பொம்மை அரசரின் கீழ் செயல்படும் சிறிய பொம்மைகளாக ஆக்கப்பட்டனர்.

4

இப்படியாகத்தான் 1773-ல் லண்டனில் இருந்த பிரிட்டிஷ் அரசாங்கத்தினால் இந்தியாவின் கவர்னர் ஜெனரலாக நியமிக்கப்பட்ட வாரன் ஹேஸ்டிங்க்ஸ் 1780 வாக்கில் ராஜஸ்தானிய சமஸ்தான மன்னர்களுடன் குறிப்பாக ஜோத்பூர், ஜெய்ப்பூர், உதய்பூர் மன்னர்களுடன் நெருங்கிய நட்புறவை வளர்த்துக்கொண்டார். 18ம் நூற்றாண்டில் ராஜஸ்தானிய மன்னர்கள் மராட்டியர்களினால் அடக்கப்பட்டிருந்தனர். இதனால் பிரிட்டிஷார் போன்ற அந்நிய சக்தியாக இருந்தாலும் பரவாயில்லை; மராட்டியர்களின் எதிரியாகவும் இருந்த அவர்களுடைய ஆதரவைப் பெற்றுக்கொள்ள முடிவு செய்தனர். இதனால் ராஜஸ்தானைச் சேர்ந்த ஜோத்பூர் மன்னர் பிரிட்டிஷாருடன் நட்புறவை விரும்பினர்.

வாரன் ஹேஸ்டிங்ஸின் பிரதிநிதிகளுக்கும் ராஜஸ்தானின் மன்னர் மற்றும் ஜோத்பூரின் மன்னர் ஆகியோருக்கும் இடையில் பேச்சுவார்த்தை நடைபெற்றது. அதில் பிரிட்டிஷாருக்கும் அவர்களுக்கும் இடையிலான எந்தவொரு ஒப்பந்தத்திலும் எந்த வகையிலும் பசுவுக்குத் தீங்குவிளைவிக்கமாட்டோம் என்று பிரிட்டிஷார் வாக்குறுதி தரவேண்டும் என்று தமது விருப்பத்தைத் தெரித்திருந்தனர். ஏற்கெனவே மகாராஜாவின் எல்லைக்குள் வசித்துவந்த சில பிரிட்டிஷ்காரர்கள் கணிசமான எண்ணிக்கையில் பசுக்களை உணவுக்காகக் கொன்று தின்றிருந்தனர். பிரிட்டிஷார் பசுவைக் கொன்று அதன் மாமிசத்தைத் தின்பார்கள் என்ற விஷயமானது இந்தியாவின் பல்வேறு பகுதிகளில் இருந்தவர் களுக்கும் நன்கு தெரியவந்திருந்தது.

இதைக் கேள்விப்பட்ட வாரன் ஹேஸ்டிங்ஸ் தமது பிரதிநிதியிடம் 'இந்த பண்பட்ட அணுகுமுறையானது (பசுவைக் கொல்லக்கூடாது என்ற விஷயமானது) இதற்கு முன் பின்பற்றப்பட்டிருக்கவில்லை (ராஜஸ்தானிய மன்னர்கள் சொல்வதற்கு முன்பாக) என்பதற்கு வருந்துகிறேன்' என்று சொல்லியிருக்கிறார்.

இந்தப் பேச்சுவார்த்தையினால் பெரிய மாற்றங்கள் ஏற்படவில்லை. ஆனால், 1818-ல் இந்த விஷயம் மீண்டும் விவாதத்துக்கு வந்தபோது பிரிட்டிஷார்கள் இந்தியாவைக் கிட்டத்தட்ட முழுவதுமாக கைப்பற்றிவிட்டிருந்தனர். 'உதய்பூர், ஜோத்பூர் பகுதிகளில் பசுவதை நடக்காமல் கூடுமானவரை பார்த்துக்கொள்ளப்படும்; ஆனால் பிரிட்டிஷார் இது தொடர்பாக எந்தவித வாக்குறுதியும் எழுதித் தரமுடியாது' என்று சொல்லிவிட்டனர்.

அதன் பின் மெள்ள மெள்ள இந்தியாவில் பிரிட்டிஷாரின் அதிகாரம் விரிவடையத் தொடங்கியது. அவர்களுடைய பகைவர்கள் வலுவிழுக்கத் தொடங்கினார்கள். பிரிட்டிஷாரின் 'பண்பட்ட அணுகுமுறை' தொடர்பான அக்கறையும் மட்டுப்பட்டுவிட்டது. ஒரு பகுதியின் அரசர் வலிமையுடன் இருந்தால், அந்தப் பகுதி ராணுவ முக்கியத்துவம் வாய்ந்த பகுதியாகவும் இருந்தால் பிரிட்டிஷார் அந்த அரசரின் வலிமையை மதித்து அவர்கள் முன்வைக்கும் நிபந்தனையை ஏற்றுக்கொண்டிருக்கிறார்கள்.

1780களில் ஜோத்பூர் மன்னரும் பிறரும் பிரிட்டிஷாருடைய கட்டுப்பாட்டுக்குள் வந்திருக்கவில்லை. அதே காலகட்டத்தில் மஹாராஜா ரஞ்சித் சிங்கும் அப்படித்தான் இருந்தார். ரஞ்சித் சிங் இறந்ததைத் தொடர்ந்து காஷ்மீர் உட்பட்ட அவருடைய ஆளுகைக்குள் இருந்த பகுதிகள் பலவற்றில் புதிய மன்னருடன் பசு வதை தொடர்பாக புதிய ஒப்பந்தம் செய்துகொள்ள வேண்டியிருந்தது. ராஜஸ்தானிலுமே கூட 1818-ல் ஒப்புக் கொள்ளப்பட்ட மேலோட்டமான வாக்குறுதியானது 1947-ல் பிரிட்டிஷார் இந்தியாவைவிட்டு வெளியேறும்வரை நடை முறையில் இருந்தது. எழுதில் எழுதப்படாத போதிலும் இதுபோல் பல்வேறு விதிமுறைகள், வாக்குறுதிகள் இந்திய மன்னர்களுடன் பிரிட்டிஷ் ஆட்சியாளர்களால் 18 மற்றும் 19ம் நூற்றாண்டின் மத்திய காலம்வரை தரப்பட்டிருந்தன. திருவிதாங்கூர், மைசூர், ராமநாதபுரம், பரோடா, இந்தூர், குவாலியர், கோலாபூர் மற்றும் பல கத்தியவார் மாநிலங்களில் பசுவதை முழுமையாகத் தடை செய்யப்பட்டிருக்க முழு வாய்ப்பு உண்டு.

1780 வாக்கில் வங்காளத்தில் இருந்த திரிபுராவில் பசு வதைச் சட்டம் கொண்டுவர முயற்சி செய்யப்பட்டபோது அதை பிரிட்டிஷர் மறுத்துவிட்டனர். திரிபுரா மிகவும் சிறிய மாநிலம். இப்படியாக மறுக்கப்பட்ட கோரிக்கைகளின் எண்ணிக்கை நிச்சயம் மிகவும் அதிகமாகவே இருந்திருக்கும். கோவா பகுதிகளில் போர்ச்சுகீசியர்கள் பசுவதையை ஆரம்பத்திலிருந்தே மேற் கொண்டனரா... பின்னர் வெகு காலம் கழித்து ஆரம்பித்தனரா என்று பார்ப்பதும் மிகவும் அவசியம்.

இஸ்லாமிய ஆட்சியாளர்கள் தமது கட்டுப்பாட்டுக்குள் இருந்த இந்தியப் பகுதிகளில் இந்துக்களுக்கும் முஸ்லிம்களுக்கும் இடையிலான பகைமையைக் குறைக்க விரும்பினர். அந்த நோக்கில் தமது ஆளுகைக்குட்பட்ட பகுதிகளில் பசு வதையை முழுவதுமாகத் தடுக்க நிலையான உறுதியான நடவடிக்கைகளை

எடுத்துவந்திருக்கிறார்கள். இதில் எந்த சந்தேகமும் இல்லை. அதுபோல் இஸ்லாமியப் பேரரசர்கள் தம்மைச்சார்ந்து இருந்த இந்து மன்னர்களின் பிராந்தியங்களில் இருந்த பசுவதை தடுப்பு விதிமுறை களையும் நிச்சயம் சம்மதித்து அனுமதித்திருக்கவேண்டும்.

ஒரு கட்டத்துக்கு மேல் இஸ்லாமிய சமூகம் பசு வதை தொடர்பாக இருந்த ஆர்வத்தை முழுவதுமாக இழந்திருக்கக்கூடும். ஏனென்றால் அந்த இஸ்லாமிய சமூகமானது பெரிதும் விவசாயிகளைக் கொண்டதாகவே இருந்தது. அதோடு, இஸ்லாமிய ஆட்சி அதிகாரம் 1700 வாக்கில் வேகமாக சரிவை நோக்கிச் சென்றது. இதனால் பசுவதையும் வேகமாகக் குறைந்துவிட்டிருக்கும். எனவே 1700-1750 காலகட்டத்தில் பசு வதை, கன்று கொலை போன்றவை எல்லாம் வெகுவாகக் குறைந்துவிட்டிருக்கும் என்ற முடிவுக்கு நிச்சயம் வரலாம். 1750க்குப் பின்னர் பிரிட்டிஷார் மற்றும் ஃபிரெஞ்சுக் காரர்கள் சூரத், மசூலிப்பட்டனம், மதராஸ், பாண்டிச்சேரி போன்ற இடங்களில் பசுக்களைக் கொன்றிருப்பார்கள். ஆனால் 1750களில் இந்தியாவில் இருந்த பிரிட்டிஷார், ஃபிரெஞ்சுக்காரர்கள் ஆகியோரின் எண்ணிக்கை மிகவும் குறைவாகவே இருந்தது என்பதால் அப்போது பசு வதையும் மிகவும் குறைவாகவே இருந்திருக்கும்.

5

1750க்குப் பின்னர் பிரிட்டிஷ் ராணுவப் படையினரின் எண்ணிக்கைக்கு ஏற்ப பசு மற்றும் பிற விலங்குகளைக் கொன்று தின்பது அரசு ஆதரவுடன் அரசின் ஒழுங்கு விதிகளுடன் முன்னெடுக்கப்பட்டிருக்கும். முதலில் மதராஸ் பகுதிகளிலும் அதன் பின்னர் வங்காளம், பிஹார், ஒரிஸ்ஸா போன்ற பகுதிகளிலும் இந்த உயிர்க்கொலைகள் பெருக ஆரம்பித்திருக்கும்.

பிரிட்டிஷ் படைவீரர்கள் அல்லது ஐரோப்பியக் குடியிருப்புகளுக்கு அருகில் பசுவதைக்கூடங்கள், இறைச்சிக்கூடங்கள் 1800 வாக்கில் உருவாக ஆரம்பித்திருக்கும். 1760கள் வரையிலும் பிரிட்டிஷாரின் மாமிசத் தேவையானது பிரிட்டனில் இருந்து உலர் மாமிசத் துண்டுகளாக உப்புக் கண்டம் போடப்பட்ட மாமிசம் கொண்டு வரப்பட்டிருக்கும். இந்தியாவின் கணிசமான பகுதிகளில் அவர்களுடைய ஆதிக்கம் அதிகரிக்கத் தொடங்கிய பின்னரே இப்படி பிரிட்டனில் இருந்து மாமிச இறக்குமதியானது குறைந்து விட்டிருக்கும்.

மிகப் பெரிய இறைச்சிக்கூடங்கள் அமைக்கப்பட வேண்டு மென்றால் திறமையான கசாப்புக்காரர்கள் அதிகம் தேவைப் பட்டிருப்பார்கள். இஸ்லாமியர்களில் இருந்து இப்படியான தொழிலாளர்கள் அதிகம் கிடைத்திருப்பார்கள். அல்லது இந்தப் பணிக்கு வரத் தயாராக இருந்த சமூகங்கள், ஜாதிகளில் இருந்து இப்படியான பணியாளர்கள் கிடைத்திருப்பார்கள். மேற்கத்திய கிறிஸ்தவத்துக்கு மதம் மாற்றப்பட்டவர்கள் அல்லது ஹிந்துக் களிலேயே வேட்டையில் ஈடுபட்டுவந்தவர்கள் இறந்த விலங்குகளின் தோலை உரித்து எடுக்கும் தொழிலில் ஈடுபட்டவர்கள் எல்லாம் இந்த கசாப்புப் பணியில் சேர்ந்திருப்பார்கள்.

பிரிட்டிஷ் படையினர் மற்றும் பிற பிரிட்டிஷாரின் எண்ணிக்கை அதிகமானதைத் தொடர்ந்து அவர்களுடைய உணவுக்குப் பசுக்களைக் கொல்வதும் அதிகரிக்கத் தொடங்கியது. அதுபோலவே உயிர்க் கொலையில் ஈடுபடும் நபர்களின் எண்ணிக்கையும் அதிகரிக்கத் தொடங்கியது. இந்தப் புதிய வேலையில் ஈடுபட இந்தியாவில் இருந்த முஸ்லிம்களில் இருந்து பலர் முன்வரத் தயாராக இருந்தனர்.

ஏற்கெனவே பக்ரீத் போன்ற விழாக்களின்போது மட்டுமாவது இஸ்லாமியர்கள் பசுவதையில் ஈடுபட்டுவந்திருந்தனர். அதோடு பசுவதையில் ஈடுபடுவது கௌரவமான வேலையாக, நல்ல சம்பளம் ஈட்டித் தருவதாக அவர்களால் பார்க்கப்பட்டது. பிரிட்டிஷாருடைய ஆட்சி இந்தியாவில் நீடித்து நிற்க இந்த இஸ்லாமிய ஆதரவு மனப்பான்மை மிகவும் அவசியமானதாக இருந்தது.

15, 16, 17 நூற்றாண்டுகளில் இந்தியாவில் இருந்த பல்வேறு ஜாதிகளில் இருந்து இஸ்லாமுக்கு மாற்றப்பட்டவர்கள் இனரீதியாகவும் கலாசாரரீதியாகவும் இணைந்து இருந்த இந்துக்களிடமிருந்து பிரிட்டிஷாரின் வருகைக்கு முன்புவரையில் பிரித்துப் பார்க்கப்பட்டிருக்கவில்லை. முஸ்லிம்களைத் தனித்துக் காட்டும் விஷயமாகப் பொதுவெளியில் சொல்லப்படும் முக்கியமான விஷயம் அவர்கள் பசுவை வெட்டிக் கொன்று தின்பவர்கள்; முஸ்லிம் அல்லாதவர்கள் பசுவைத் தின்பது கிடையாது என்பதுதான்.

ஆனால், இந்தியாவுக்கு இடம்பெயர்ந்த முஸ்லிம்களில் பெரும்பாலானவர்களும் இஸ்லாமுக்கு மதம் மாறியவர்களும் பசு மாமிசத்தை அதிகம் உண்பதில்லை என்பதுதான் உண்மை.

பாகிஸ்தான், பங்களாதேஷ் போன்ற நாடுகளில் இன்று வசிக்கும் முஸ்லிம்கள் கூடப் பசு மாமிசம் அதிகம் உண்பதில்லை. இந்த இரு நாடுகளிலும் இஸ்லாமுக்கு மதம் மாற்றப்பட்டவர்களில் பெரும்பாலானவர்கள் விவசாயப் பின்புலம் கொண்டவர்கள். பழங்கால இந்தியாவில் இருந்த அவர்களுடைய பூர்வ மத சகோதரர்களைப் போலவேதான் விருப்பு வெறுப்புகள், உணவுப்பழக்கங்கள், நடைமுறைகள் கொண்டிருந்தனர்.

ஆனால் இந்தியாவில் வாழும் முஸ்லிம்களுக்குத் தனித்த அடையாளம், பழக்கவழக்கங்கள் இருந்தாகவேண்டும் என்பது பிரிட்டிஷாருக்கு மிகவும் அவசியமான, அரசியல் இலக்காக இருந்தது. இந்தியர்களுக்கிடையே சமூகக் கலப்பு மிகவும் குறைவாக இருந்தாகவேண்டும். முஸ்லிம்கள் காலப்போக்கில் தனிக் குடியிருப்புகளில் தனித் தீவாக வசித்தாகவேண்டும் என்று அவர்கள் நினைத்தனர். சில இடங்களில் ஒட்டு மொத்தமாக இஸ்லாமுக்கு மதம் மாறியிருப்பார்கள். வேறு இடங்களில் சிறிய குழுவினரே மதம் மாறியிருப்பார்கள் அப்படியானவர்களையும் கிராமங்கள், நகரங்கள் என எல்லா இடங்களிலும் தனித் தீவாக அவர்கள் வாழும்படியாக ஊக்குவிக்கப்பட்டனர்.

இதுபோல் கிறிஸ்தவர்களையும் தனிக் குழுவாக வாழவைக்கவும் ஐரோப்பா போன்ற நாடுகளில் முயற்சிகள் எடுக்கப்பட்டன.16ம் நூற்றாண்டு வாக்கில் கத்தோலிக்கர்கள், ப்ராட்டஸ்டண்ட்கள் எனப் பிரிந்து தனித்து வாழத் தொடங்கினார்கள்.

6

இந்தியாவின் பல்வேறு பகுதிகள் பிரிட்டிஷாரின் கட்டுப் பாட்டுக்குள் வந்ததையடுத்து பிரிட்டிஷார் முன்னெடுத்த சுரண்டல்கள், முடிவற்ற அநியாய வரிவிதிப்புகள், கெடுபிடிகள் எல்லாம் இந்திய விவசாய முன்னேற்றத்தை முழுவதுமாக அழித்துவிட்டன. இந்திய விவசாயிகளை பிரிட்டிஷாரின் கெடுபிடிகள், கொள்கைகள் எல்லாம் ஒட்டாண்டிகளாக்கின. இந்திய நிலங்களைத் தரிசாக்கின.

1769-70 காலகட்டத்தில் பிரிட்டிஷாரின் கெடுபிடிகளினால் ஏற்பட்ட வங்காளப் பஞ்சத்தினால் 33%-50% வங்காள மக்கள் பட்டினியால் இறக்க நேரிட்டது. இந்தப் பஞ்சத்துக்குப் பின்னர் பிரிட்டிஷ் ஆட்சியாளர்கள் தமது லண்டன் எஜமானர்களுக்கு எழுதிய அறிக்கைகளில், 'இப்படியான பஞ்சம் ஏற்பட்டு ஏராளமானோர்

இறந்தபோதிலும் நில வரி வருவாய் அதிகரிக்கத்தான் செய்திருக்கிறது. முந்தைய ஆண்டு வருவாயைவிட மிக அதிகமாகவே கிடைத்திருக்கிறது' என்று பெருமிதத்துடன் எழுதியிருந்தார்கள்.

1769-1770 வங்காளப் பஞ்சத்தைத் தொடர்ந்து பிரிட்டிஷாரின் கட்டுப்பாட்டுக்குள் இருந்த இந்தியாவின் பெரும்பாலான பகுதிகள் தொடர்ந்து நெருக்கடிக்கு உள்ளாகிவந்தன. தென்னிந்தியாவிலும் வட இந்தியாவிலும் ஒவ்வொரு மாவட்டத்திலும் அடிக்கடி பஞ்சங்கள் ஏற்பட்டன. இந்திய விவசாயிகள் முற்காலங்களில் சேமித்துவைக்க முடிந்திருந்த விதை நெல்கள், உபரிகள் எல்லாம் நசிந்து போயின. எனவே இந்தப் பஞ்சங்களுக்குப் பின்னர் அடுத்த பருவப் பயிரிடலுக்கு, சொற்ப விதைகளே மிஞ்சின.

பஞ்ச காலத்தில் வாங்கிய கடனுக்குக் கலப்பைகள், காளைகள், பிற விவசாயக் கருவிகள் எல்லாம் விற்கவோ அடகோ வைக்கப்பட்டு விடுவதால் 1790லிருந்து 1940 வரையான காலகட்டத்தில் பெரும் பாலான விவசாயிகள் நிலமற்றவர்களாகிப் போனார்கள். அல்லது விவசாயத்தில் தொடர்ந்து ஈடுபடமுடியாமல் தொழில் நிபுணத்துவம் அற்றவர்களாகிவிட்டனர்.

இந்தியாவின் பெரும்பாலான பகுதிகளில் ஒரு சில வருடங்களுக்கு ஒருமுறை மிகப் பெரிய பஞ்சங்கள் ஏற்பட்டன. இதனால் பிரிட்டிஷார் வருவதற்கு முந்தைய காலத்து வாழ்க்கை குறித்து இந்தியர்கள் ஏங்கவும் அந்த வாழ்க்கையை மதித்துப் போற்றவும் ஆரம்பித்தனர். இந்தியாவில் பிரிட்டிஷாரின் 200 வருட காலம் ஆட்சி என்பது எளிய இந்தியர்களுக்கு மிகவும் கொடூரமான காலகட்டமாக இருந்தது.

1890-1900 காலகட்டத்தில் மட்டும் பஞ்சத்தினால் ஏற்பட்ட பட்டினியால் இறந்த இந்தியர்களின் எண்ணிக்கை ஒரு கோடியே 90 லட்சம் என்று பாரத் பாரதி நூலில் புகழ் பெற்ற ஹிந்தி எழுத்தாளர் மைதிலி சரண் குப்தா குறிப்பிட்டிருக்கிறார். அதேநேரம் 19ம் நூற்றாண்டு முழுவதிலும் ஐரோப்பாவில் பஞ்சம் போன்ற பேரிடர்களினால் இறந்தவர்களின் எண்ணிக்கை வெறும் 50 லட்சம் மட்டுமே.

1750 அல்லது அதற்கு சில ஆண்டுகள் முன்பிருந்தே பிரிட்டிஷ் மற்றும் ஃபிரெஞ்சுக்காரர்களுக்கு இந்தியாவின் வலிமை மிகுந்த காளைகள் தேவைப்பட்டிருந்தன. ராணுவப் போர்த்தளவாடங்கள், வெடி

மருந்துகள், இன்ன பிற பொருட்கள், படைவீரர்கள், ஐரோப்பிய பயணிகள் ஆகியவர்களை ஒரிடத்திலிருந்து இன்னொரு இடத்துக்குக் கொண்டு செல்ல வலிமையான காளைகளும் நேர்த்தியான காளை வண்டிகளும் அவர்களுக்குத் தேவையாக இருந்தன. இவையெல்லாம் இந்திய விவசாயிகளிடம் இருந்தே பெறப்பட்டிருந்தன.

இப்படியாகக் காளைகள், வண்டிகள், உணவுப் பொருட்கள், பிற பொருட்கள், கூலியற்ற வேலை எனக் கிராமத்தினர் தொடர்ந்து பிரிட்டிஷ் ஆட்சியில் துன்பப்பட்டுவர நேர்ந்தது. 1850 வாக்கில் ரயில் பாதைகள் அமைக்கப்பட்ட இடங்கள் நீங்கலாக பிற இந்தியப் பகுதிகளில் இப்படியான கட்டாய உழைப்பு மற்றும் பொருட்கள் பறிப்பு 1930 வரையிலும் கூட நீடித்து வந்தது.

7

இந்திய வைஸ்ராய்க்கு எழுதிய கடிதமொன்றில் விக்டோரியா மகாராணி இந்தியாவில் பிரிட்டிஷார் மூலம் மேற்கொள்ளப்படும் பசு கொலைபற்றி விரிவாகக் குறிப்பிட்டிருக்கிறார். உண்மையில் அந்த மிக முக்கியமான தரவுக்கு நாம் அவருக்கு நன்றிதான் சொல்லவேண்டும். 1880-1894 காலகட்டத்தில் நடைபெற்ற மிகப் பெரிய பசு பாதுகாப்பு இயக்கத்தின் போது டிச, 8, 1893 ல் விக்டோரியா மகாராணி எழுதிய கடிதத்தில் இந்த விஷயத்தைத் தெளிவாகக் குறிப்பிட்டிருக்கிறார்: 'பசுக் கொலையில் ஈடுபடும் முஸ்லிம்களை எதிர்த்துத்தான் இந்தப் பசுப் பாதுகாப்பு இயக்கம் நடைபெறுவதாகச் சொல்லப்பட்டாலும் உண்மையில் அது நமக்கு எதிரான போராட்டம்தான். முகமதியர்களைவிட நாம் தாம் நமது படையினருக்கு உணவாக மிக அதிக அளவில் பசுக்களைக் கொல்கிறோம்'.

இந்த உண்மையானது இந்துகள், முஸ்லிம்கள், கிறிஸ்தவர்கள் என அனைத்து இந்தியர்களுக்கு மட்டுமல்ல; அன்றைய காலகட்டத்தில் இருந்த பெரும்பாலான பிரிட்டிஷ் அதிகாரிகளுக்கும் நன்கு புரிந்திருந்தது. இந்தியாவில் இருக்கும் ஒரு லட்சம் பிரிட்டிஷ் படைவீரர்கள், பிரிட்டிஷ் அதிகாரிகள், மற்றும் லட்சக்கணக்கான பிரிட்டிஷ் ஐரோப்பியக் குடிமகன்கள் ஆகியோருடைய உணவுத் தேவைக்காகப் பசுக்கள் கொல்லப்படுவதை எதிர்த்துத்தான் இந்தப் பசுப் பாதுகாப்பு போராட்டமானது முன்னெடுக்கப்பட்டதாக அவர்கள் பேசியிருக்கிறார்கள்.

1880-1893 காலகட்டத்தில் பிரிட்டிஷ் உளவுத்துறை அனுப்பிய ஆவணங்களைக் கவனமாகப் பரிசீலித்துப் பார்த்தால், பஞ்சாப், பிஹார், யுனைட்டட் பிராந்தியம் போன்ற பகுதிகளில் பசு வதையை முற்றாகக் கைவிட்டுவிட்டிருந்த முஸ்லிம்கள் பிரிட்டிஷாரின் நிர்பந்தத்தின் பேரிலேயே அதைச் செய்ய ஆரம்பித்திருக்கிறார்கள் என்பது தெரியவருகிறது. 1880க்குப் பின்னர் எங்கெல்லாம் இஸ்லாமியர் பசு கொலையில் ஈடுபட்டதாகச் சொல்லப் பட்டிருக்கின்றனவோ அங்கெல்லாம் பிரிட்டிஷாரின் வற்புறுத்தலின் பேரிலேயே அவை மேற்கொள்ளப்பட்டிருப்பதாகத் தெரிய வருகின்றன. பசுக் கொலை என்பது முஸ்லிம்களின் மத பாரம்பரியம், மரபு, முஸ்லிம்களின் உரிமை; அதை முஸ்லிம்கள் தொடர்ந்துசெய்யவேண்டும் என்றெல்லாம் பிரிட்டிஷார் தூண்டிவிட்டதன் பேரிலேயே இஸ்லாமியர்கள் அதைச் செய்திருப்பதாகத் தெரியவருகின்றது.

8

சுமார் 2000 வருடங்களாக ஐரோப்பாவே மிக அதிக அளவில் பசு மாமிசத்தை உண்டுவருகிறது. எனவே இந்தியாவின் பல்வேறு பகுதிகளில் 18ம் நூற்றாண்டில் அவர்கள் நிலைகொள்ளத் தொடங்கியதுமே ஐரோப்பியர்கள், குறிப்பாக பிரிட்டிஷார் பசுக்கொலையில் ஈடுபட ஆரம்பித்திருந்தனர். ஆரம்ப காலங்களில் அதிகப் பசுக்களைக் கொன்றிருக்க வாய்ப்பில்லை. ஆனால்18ம் நூற்றாண்டின் முடிவுவாக்கில் பசுக் கொலைகள் அதிகரித்திருக்கும். இறைச்சிக்கூடங்களை அதிக அளவில் அமைக்கத் தொடங்கியிருப்பார்கள். வங்காளம், மதராஸ், பம்பாய் போன்ற பிரிட்டிஷ் ராணுவ தலைமையகங்கள் இருந்த பகுதிகளில் ஐரோப்பாவில் இருப்பதுபோல் இறைச்சிக்கூடங்கள் அதிக எண்ணிக்கையில் அமைக்கப்பட்டிருக்கும். இத்தனை இறைச்சிக் கூடங்களில் பணிபுரிய அதிக ஆட்கள் தேவைப்பட்டிருப்பார்கள். 1800-1900 காலகட்டத்தில் இவர்களின் எண்ணிக்கை ஐந்திலிருந்து பத்து மடங்கு அதிகரித்திருக்கும்.

1800 வாக்கில் இந்தியாவில் இருந்த பிரிட்டிஷ் அதிகாரிகளின் எண்ணிக்கை 20,000. 1856-ல் இது 45,000 ஆக அதிகரித்தது. ஆனால், 1858 வாக்கில் இந்தியாவில் பிரிட்டிஷ் ராணுவத்தினரின் எண்ணிக்கை லட்சமாக, சட்டென்று அதிகரிக்கப்பட்டது. இவர்களில் பெரும்பாலானவர்கள் வட இந்தியாவில் அதிகம் பணியமர்த்தப்பட்டனர். இதனால் வட இந்தியப் பகுதிகளில் பசு

கொலை மற்றும் பசு மாமிச உணவு நாலைந்து மடங்கு சட்டென்று அதிகரித்துவிட்டிருக்கும். இப்படி அதிகரித்த பசுக்கொலையும் ராணுவப் போக்குவரத்து நடவடிக்கைகளுக்காகக் காளைகள் கையகப்படுத்தப்பட்டது ஆகியவையெல்லாம் இந்தியர்களை அச்சமுற வைத்தன.

இத்தகைய நெருக்கடிகள் 1830 வாக்கிலேயே மெள்ள அதிகரிக்கத் தொடங்கிவிட்டன. 1870 வாக்கில் இது உச்சத்தை எட்டியிருக்கும். பசுக் கொலைக்கு எதிரான கோபம் மற்றும் அதிருப்தியை நாம்தாரி சீக்கியர்கள்தான் முதலில் அழுத்தமாகப் பதியவைத்தனர். சில வருடங்கள் கழித்து ஸ்வாமி தயானந்த சரஸ்வதி மற்றும் பிற சன்னியாசிகள் பசுக் கொலையைத் தடுக்கும்படி பிரிட்டிஷாரிடம் வேண்டுகோள் வைத்தனர்.

கோ சம்வர்த்தினி சபைகளை அமைத்து பசுக்களைப் பாது காக்கும்படி ஆலோசனை வழங்கினர். 1910 வரையில் இந்தியாவில் பிரிட்டிஷ் ராணுவத்தினரின் எண்ணிக்கை ஒரு லட்சத்துக்குக் குறையாமலேயே இருந்துவந்தது.

9

1893-94-ல் நடந்த பசுப் பாதுகாப்பு இயக்கம் முழுவதுமாகத் தோற்கடிக்கப்பட்டுவிடவில்லை. விட்டு விட்டு சிறிய அளவில் 1947-ல் பிரிட்டிஷார் இந்தியாவை விட்டு வெளியேறிச் செல்லும்வரையில் நடந்துகொண்டே இருந்தன. ஆனால், இந்தியாவில் செல்வாக்குடன் இருந்த சில பிரிவினர் பசுப் பாதுகாப்பு விஷயத்தில் ஆர்வம் இழந்துவிட்டனர். அதோடு பசு கொலையைத் தொடர்ந்து செய்வதன் மூலம் கிடைக்கும் பொருளாதார ஆதாயங்களில் ஈடுபாடு கொண்டவர்களாகிவிட்டனர். பசுவதை தடுப்பு தொடர்பாக 1950-ல் இந்திய அரசு மாநில அரசுகளுக்கு ஆலோசனை வழங்கியபோது, 'இறந்த மாடுகளிலிருந்து கிடைக்கும் தோலைவிட வெட்டிக் கொல்லப்படும் மாடுகளிலிருந்து கிடைக்கும் தோலுக்கு மிகுந்த விலை மதிப்பு உண்டு என்பதால் மாட்டு இறைச்சிக்கூடங்களை முழுவதுமாக மூடிவிடவேண்டாம்' என்று சொன்னது.

பசுவதையைத் தடுத்து நிறுத்த ஆலோசனை வழங்க என்று ஒரு குழு 1954-ல் அமைக்கப்பட்டது. அந்தக் குழுவானது, 'இந்தியாவில் கால்நடைகளுக்குப் போதிய தீவனம் இல்லை. இந்தியாவில் இருக்கும் தீவனத்தைவைத்து வெறும் 40% கால்நடை

களுக்குமட்டுமே உணவளிக்கமுடியும். எஞ்சிய 60% கால்நடைகளை வெட்டிக் கொன்றுவிடலாம்' என்று சொன்னது. எனவே, உச்ச நீதிமன்ற நீதிபதிகளின் தீர்ப்புகளின் அடிப்படையில் தில்லி அரசு பசு மற்றும் களை, கன்றுகள் உள்ளிட்ட மாட்டு இறைச்சிக்கூடங்களுக்கு (பிற விலங்கு இறைச்சிக்கூடங்களுக்கும்) அனுமதி கொடுத்தது.

பல்வேறு காரணங்களினால் இந்த இறைச்சிக்கூடங்கள் மிகப் பெரிய அளவில் நடக்க ஆரம்பித்தன. சமீப காலங்களில் மாட்டு இறைச்சி ஏற்றுமதிக்காக நவீன இறைச்சிக்கூடங்கள் அமைக்க அரசே கடனுதவிகள், பிற சலுகைகள் வழங்க ஆரம்பித்திருக்கின்றன.

10

இந்தப் புத்தகத்தில் 1880-1894 காலகட்டத்தில் பசு வதை தடுப்பு இயக்கம் தொடர்பான மூன்று முக்கிய ஆவணங்கள் இடம் பெற்றுள்ளன. (திருட்டு மற்றும் கொள்ளை) தக்கி மற்றும் டெகாய்ட்டி துறையின் தலைமை கண்காணிப்பாளர் தனது மேலதிகாரிகளுக்கு 9, ஆக, 1893-ல் அனுப்பிய மிக மிக துல்லியமான விரிவான அறிக்கை.

இரண்டாவது, 1882-1893 வாக்கில் பஞ்சாபில் பசுவதை தொடர்பாக நடந்த சம்பவங்கள் பற்றி பஞ்சாப் உளவுத்துறை தாக்கல் செய்த அறிக்கை.

மூன்றாவதாக, பிஹாரில் 1886-1893 வாக்கில் நடந்தவை தொடர்பாக பரிமாறிக் கொள்ளப்பட்ட பிரிட்டிஷ் கடிதங்கள், ஆவணங்கள்.

இவை நீங்கலாக, விக்டோரியா மகாராணி இந்திய வைஸ்ராய்க்கு அனுப்பிய கடிதம், வைஸ்ராய் லேண்ஸ்டவுன் வெளியிட்டிருக்கும் கூட்டம் பற்றிய அறிக்கை, வேறு சில ஆவணங்கள் எல்லாம் அப்படியே மறு பிரசுரம் செய்யப்பட்டுள்ளன.

மோகன் தாஸ் கரம் சந்த் காந்தி 1891-ல் தனது 22வது வயதில் லண்டனில் இருந்து சட்டப்படிப்பை முடித்துவிட்டு வந்திருந்தார். வயதான பிரிட்டிஷ் அரசிக்குத் தெரிந்ததுபோலவே அவருக்கும் பசுவதை தடுப்பு இயக்கம் பற்றித் தெரியவந்திருந்தது. 1917-ல் இதுபற்றிக் குறிப்பிடும்போது, 'இந்தியாவில் பிரிட்டிஷாரின் உணவுக்காக மட்டும் நாளொன்றுக்கு 30,000 பசுக்கள் வெட்டிக் கொல்லப்படுகின்றன' என்று சொல்லியிருக்கிறார். இந்த இரண்டு தரவுகளும் இந்தப் புத்தகத்தில் இடம்பெற்றுள்ளன.

(ஆங்கில மூல நூலில் இடம்பெற்றிக்கும் இந்த ஆவணங்கள், எளிய வாசகர்களுக்காக வெளியிடப்பட்டிருக்கும், முன்னுரைகள் மட்டும் கொண்ட இந்தத் தமிழ் நூலில் இடம்பெறவில்லை. ஆங்கில ஆவணங்களுக்கு பார்க்க: http://cpsindia.org/index.php/art/323-dh-cps-archives-list/dh-cps-archives-cpm)

11

இந்த ஆவணங்களை நான் பல வருடங்களுக்கு முன்பாகவே அதாவது 1970களிலேயே லண்டனில் இந்தியா ஆஃபீஸ் நூலகத்தின் ஆவணக் காப்பகப் பகுதியில் பார்த்திருந்தேன். இவற்றில் பெரும்பாலானவை வைஸ்ராய் லேண்ஸ்டவுன் மற்றும் எல்ஜின் ஆகியோரின் தனிப்பட்ட கடித, ஆவணத் தொகுப்பில் இருந்தன. மேலும் பல, இந்தியா ஆஃபீஸ் தொகுப்பு எல்/பி மற்றும் ஜெ என்ற பிரிவில் இருந்தன. இந்த ஆவணங்களைத் தந்து உதவியதற்கு இந்தியா ஆஃபீஸ் நூலகத்துக்கும் இந்தப் பணியில் உதவிய அதன் பணியாளர்களுக்கும் நன்றிகள்.

பசு வதை தொடர்பான ஆவணங்கள் ஆயிரம் பக்கங்களுக்கு மேல் இருந்தன. தில்லி, இந்திய ஆவணக் காப்பகத்தில் அல்லது இந்திய அரசின் தக்கி மற்றும் டெகாய்ட்டி பிரிவு (1840-1910) ஆவணக் காப்பகத்திலும் மேலும் அதிகத் தரவுகள் இருக்கக்கூடும்.

இவையெல்லாம் இந்தியாவிலும் லண்டனிலும் இருந்த பிரிட்டிஷ் அதிகாரவர்க்கத்தின் உபயோகத்துக்காகப் பரிமாறிக் கொள்ளப் பட்டவையே.

எனவே, முஸ்லிம்கள் அனைவரும் பசுவதையைக் கைவிடத் தயாராக இருந்தனர்; பிரிட்டிஷ் ஆட்சிக்கு எதிராக இந்துக்களும் முஸ்லிம்களும் இணைந்து செய்த சதிகள்; அல்லது முன்பே குறிப்பிட்டிருப்பதுபோல், 'முகமதியர்களுக்குக் கூடுதல் பாதுகாப்பு தரப்படவேண்டும். அவர்கள்தான் பிரிட்டிஷ் அரசுக்கு மிகவும் விசுவாசமானவர்கள். பசுக் கொலையில் ஈடுபடும் முஸ்லிம்களை எதிர்த்துத்தான் இந்தப் பசு பாதுகாப்பு இயக்கம் நடைபெறுவதாகச் சொல்லப்பட்டாலும் உண்மையில் அது நமக்கு எதிரான போராட்டம்தான். முகமதியர்களைவிட நாம் தாம் நமது படையினருக்கு உணவாக மிக அதிக அளவில் பசுக்களைக் கொல்கிறோம்' என்பது போன்ற பல தீர்மானங்களையும் கருத்து களையும் முன்வைப்பதாகவும் இருக்கின்றன.

இந்தப் புத்தகத்துக்கு சென்னையைச் சேர்ந்த ஸ்ரீ டி.எம்.முகுந்தன் முன்னுரை வழங்கியிருக்கிறார். பல குழுக்கள், அமைப்புகளில் இணைந்து செயல்பட்டுவருகிறார். குறிப்பாக செண்டர் ஃபார் பாலிசி ஸ்டடிஸ், சென்னை மற்றும் பி.பி.எஸ்.டி. ஃபவுண்டேஷன் ஆகியவற்றில் முக்கிய உறுப்பினராக இருக்கிறார். பல வருடங் களுக்கு முன்பே ஆரம்பிக்கப்பட்ட இந்தப் புத்தகப் பணி அவருடைய விடாமுயற்சியின் மூலமே வெளிவர முடிந்திருக்கிறது. இந்தப் புத்தகத் தொகுப்பு மற்றும் உருவாக்கத்தில் எனக்கு உதவிகரமாக இருந்த ஸ்ரீ பவன் குப்தா, திருமதி அனுராதா ஜோஷி, திரு அமித் சக்ரவர்த்தி, திரு ப்ரதீப் தீட்சித், திரு ராம், திருமதி ரமா மற்றும் என் மகள் கீதா ஆகியோருக்கு மனமார்ந்த நன்றிகள்.

தரம்பால்

சேவாகிராமம்
புத்த பூர்ணிமா நன்னாள்,
விக்ரம் சம்வாத், 2059
மே, 26, 2002.

அறிமுகவுரை

1880-1894 காலகட்டத்தில் (குறிப்பாக பஞ்சாப், பிஹார் பகுதிகளில்) பசுவதை தடுப்பு இயக்கம் சார்பில் நடந்த சம்பவங்கள் குறித்த சிறிய அறிமுகம்

'இந்திய கலாசாரத்தின் முக்கியமான அடையாளங்களில் ஒன்றாக பசு இருந்துவருகிறது. பசுவின் புனிதம் என்பது இந்து மதத்தின் மையமான விஷயம்; இந்துக்கள் அனைவரிடமும் இருக்கும் வலுவான பொதுவான நம்பிக்கை' என்று மகாத்மா காந்தி குறிப்பிட்டிருக்கிறார். இஸ்லாமியப் படையெடுப்பு காலம் தொடங்கி இந்தியாவில் பல பகுதிகளில் நீடித்த இஸ்லாமிய ஆட்சி, அதைவிட வலுவான விரிவான பிரிட்டிஷாரின் ஆட்சி இவற்றையெல்லாம் தாண்டி பசுவின் புனிதத்தைத் தக்கவைப்பது இந்தியர்களுக்கு மிகவும் சிரமமாகவே இருந்திருக்கிறது.

இந்தியாவின் பல்வேறு பகுதிகளில் ஆவினங்கள் எல்லாம் மிகப் பெரிய அளவில் பிரிட்டிஷாரால் ராணுவத்துக்காகத் தினந்தோறும் வெட்டிக் கொல்லப்பட்டிருக்கின்றன. 1750 தொடங்கி இந்தியாவில் இருந்த ஐரோப்பிய-பிரிட்டிஷாருக்காக ஏராளமாக வெட்டிக் கொல்லப்பட்டிருக்கின்றன என்பவையெல்லாம் பலருக்கும் தெரிந்த விஷயம் தான். ஆனால், இந்தியாவில் தேசம் முழுவதும் கோடிக்கணக்கான இந்தியர்கள் ஒன்று திரண்டு ஏராளமான பசுவதைத் தடுப்புப் போராட்டங்களில் ஈடுபட்டிருக்கிறார்கள் என்பது அறிஞர் பெருமக்களுக்கும் வரலாற்று ஆய்வாளர்களுக்குமே அதிகம் தெரிந்திருக்கவில்லை.

அப்படியான ஒரு முக்கியமான பசுவதை தடுப்பு போராட்டமானது 1880-1893 வாக்கில் பிரிட்டிஷாரின் ஆட்சிக் காலத்தில் நடந்திருக்கிறது. அந்தப் போராட்டம் பற்றி இன்று யாருக்கும் எதுவுமே தெரிந்திருக்கவில்லை. பிந்தைய 19வது நூற்றாண்டு இந்தியா குறித்த ஆய்வுப் பதிவுகள், நூல்கள் எதிலுமே இதுபற்றி எந்தவொரு குறிப்பையும் நாம் பார்க்க முடிவதே இல்லை.

இதில் இன்னும் வேடிக்கை என்னவென்றால் காலகாலமாக பசுவை பூஜித்தும் பாதுகாத்தும் வந்த மக்களிடையே கூட இதுபற்றிய எந்தவொரு நினைவும் இல்லை. இந்த மக்களின் நாலைந்து தலைமுறைக்கு முந்தைய முன்னோர்கள் கூட தம் வாழ்நாளின் பாதிக்கு மேற்பட்ட காலத்தைப் பசுப் பாதுகாப்புக்காகவே அர்ப்பணித்திருக்கும் நிலையிலும் இன்று யாருக்கும் இது குறித்து எதுவும் தெரியவில்லை.

ஒரு சில நவீன வரலாற்று ஆய்வாளர்கள் இந்தப் போராட்டங்கள் குறித்து, போகிறபோக்கில் குறிப்பிட்டிருக்கிறார்கள் என்பது உண்மைதான். ஆனால், அவர்களுமேகூட இதை என்னவோ வட இந்தியாவில் இந்துக்களும் முஸ்லிம்களுக்கும் இடையில் நடைபெற்ற வாக்குவாதம் மற்றும் சில நேரங்களில் வன்முறையில் முடிந்த சண்டை என்ற அளவில்தான் குறிப்பிட்டிருக்கிறார்கள். இந்தப் போராட்டமானது முஸ்லிம்களுக்கு எதிரானது அல்ல; பிரிட்டிஷாருக்கு எதிரானதுதான் என்று விக்டோரியா மகாராணியும் பிற பிரிட்டிஷ் உயர் அதிகாரிகளும் சொல்லியிருப்பதை ஆய்வுலகம் ஏனோ கண்டுகொள்ளவே இல்லை.

இது தொடர்பான பிரிட்டிஷ் ஆவணங்கள் பல ஆயிரம் பக்கங்களாக இருக்கின்றன. இந்திய ஆவணக் காப்பகத்திலும் பிராந்திய ஆவணக் காப்பகங்களிலும் இருந்தே இந்தத் தரவுகள் சேகரிக்கப்பட்டுள்ளன. எனினும் இவை லண்டனில் இருக்கும் இந்திய ஆஃபீஸ் நூலகத்தில் மிக எளிதில் கிடைக்கும்வகையில் வகைப்படுத்தப் பட்டுள்ளன. பசு வதை தடுப்பு போராட்டம் தொடர்பான ஆவணங்கள் எல்லாம் இந்தியா ஆஃபீஸ் எல்,பி, மற்றும் ஜே பிரிவில் இருக்கின்றன. வைஸ்ராய் லேண்ஸ்டவுன் மற்றும் வைஸ்ராய் எல்ஜின் ஆகியோர் எழுதியிருக்கும் ஆய்வு அறிக்கைகள், கடிதங்கள் ஆகியவற்றிலும் பசுவதை தடுப்புப் போராட்டம் பற்றி மிக அதிக விவரங்கள் இடம்பெற்றுள்ளன. இந்தப் புத்தகத்தில் பிஹார் மற்றும் பஞ்சாபில் நடைபெற்ற பசுவதை தடுப்பு போராட்டம் தொடர்பான ஆவணங்கள் இடம்பெற்றுள்ளன.

பிரிட்டிஷார் மூலம் தினம் தினம் பசுக்கள் கொல்லப்பட்டதென்பது இந்தியர்களை மிக அதிக அளவுக்கு அச்சுறுத்தியும் வேதனைக் குள்ளாக்கியும் வந்திருக்கிறது. ஆனால் 1770 வாக்கிலேயே இந்திய மன்னர்கள் வலுவிழந்துவிட்டதால் எந்தவித எதிர்ப்பையும் தெரிவிக்க முடிந்திருக்கவில்லை. 1780 வாக்கில் இந்திய சமஸ்தானங்களான ராஜஸ்தானின் ஜோத்பூர், உதய்பூர் வங்காளத்தின் திரிபுரா மாநிலம் போன்றவை பிரிட்டிஷாருடன்

எந்தவொரு ஒப்பந்தம் கையெழுத்திடுவதாகவோ கூட்டணி அமைப்பதாகவோ இருந்தாலும் பசுக்களைக் கொல்லக்கூடாது என்ற வாக்குறுதியை பிரிட்டிஷார் தரவேண்டும் என்று நிபந்தனை விதித்திருக்கின்றன.

இந்த வற்புறுத்தல்கூட சில வருடங்களுக்குப் பின் இந்திய அரசர்களால் நடைமுறைப்படுத்த முடியாமல் போய்விட்டது. 19ம் நூற்றாண்டின் தொடக்கப் பகுதியில் பிரிட்டிஷ் ராணுவத்தினரின் எண்ணிக்கை சுமார் 20 ஆயிரமாக மட்டுமே இருந்தது. இந்தியாவின் பழங்கால நகரங்கள் எதிலும் இறைச்சிக்கூடங்கள் அமைக்காமல் எச்சரிக்கையுடன் தான் பிரிட்டிஷார் நடந்துகொண்டனர். புதிதாக அவர்கள் உருவாக்கிய வர்த்தக மையங்கள், ராணுவ மையங்கள், தனிக்குடியிருப்புகள் ஆகியவற்றில் இறைச்சிக்கூடங்களை அமைத்துக்கொண்டனர். இதனால் இந்தியர்கள் கண்ணில் பசுவைக் கொல்வதோ அதன் இறைச்சிகளை விற்பனைக்குத் தொங்க விடுவதோ கண்ணில் படாமல் இருந்தது.

ஆனால் 1830 வாக்கில் நிலைமை மாறத்தொடங்கியது. நம் தேசத்தில் பஞ்சங்கள் பெருகத் தொடங்கின. விவசாய நிலங்களுக்கும் உற்பத்திக்கும் அதிக வரி விதிக்கப்பட்டன. வரியை வசூலிப்பதில் மிகக் கொடூரமான நடவடிக்கைகள் மேற்கொள்ளப்பட்டன. இந்திய கலாசார அம்சங்கள், சமூக நடைமுறைகள், பழக்க வழக்கங்கள் இழிவாகப் பார்க்கப்பட்டன. பூர்விக மேய்ச்சல் நிலங்கள், காடுகள் எல்லாம் பிரிட்டிஷ் கட்டுப்பாட்டுக்குள் கொண்டுவரப்பட்டன. கட்டாய உழைப்புக்கு மக்கள் நிர்ப்பந்திக்கப்பட்டனர். பிரிட்டிஷ் ராணுவத்தினர், அதிகாரிகளுக்கு குறைந்த கூலியில் உழைக்கும்படி கட்டாயப்படுத்தப்பட்டனர். பிரிட்டிஷ் ராணுவப் போக்குவரத்து தேவைகள், பிரிட்டிஷாரின் நீண்ட பயணம் ஆகியவற்றுக்குக் கிராமப்புறங்களில் இருந்து வலிமை மிகுந்த காளைகள் வலுக்கட்டாயமாக இழுத்துச்செல்லப்பட்டன. சுருக்கமாகச் சொல்வதென்றால் பிரிட்டிஷ் ஆட்சியானது சர்வாதிகார ஆட்சியாக ஆனது. இந்தியர்கள் தாங்க முடியாத வேதனைக்குள்ளானார்கள்.

இப்படியான நெருக்கடியில் பசுக்களைக் கொல்வதென்பதும் சேர்ந்துகொள்ளவே தினம் தினம் பசுக்களைக் கொன்று தின்பது தாங்க முடியாத வலியை இந்தியர்களுக்குத் தந்தது. அப்படியாக பசு வதை என்பது பிரிட்டிஷாரின் மிகப் பெரிய அராஜகமாக அடக்குமுறையாகப் பார்க்கப்பட ஆரம்பிக்கப்பட்டது. இதை எவ்வளவு சீக்கிரம் முடிவுக்குக் கொண்டுவருகிறோமோ அந்த அளவுக்கு நல்லது என்று இந்தியர்கள் கருத ஆரம்பித்தனர்.

தோட்டாக்களுக்குப் பசுவின் மாமிசக் கொழுப்பை அல்லது பன்றிக் கொழுப்பைத் தடவுவதாகச் சொல்லப்பட்டதைக் கேட்டு இந்தியர்கள் அதிர்ச்சியடைந்தனர். இது பிரிட்டிஷார் செய்யும் செயல்களின் மீது இந்தியர்களுக்கு எந்த அளவுக்கு அதிருப்தி இருந்தது என்பதற்கு மிகச் சிறந்த எடுத்துக்காட்டாக விளங்கியது. அந்த அதிருப்தியும் கோபமுமே 1857 சிப்பாய் புரட்சிக்கு வழிகோலியது.

இந்தியர்கள் வீரமும் துணிச்சலும் மிகுந்தவர்கள்தான் என்றாலும் அரசியல் விழிப்புணர்வை அவர்கள் இழந்துவிட்டிருந்தனர். எனவே ஒரு வருடத்துக்குள்ளாகவே பிரிட்டிஷார் மிகக் கொடூரமான முறையில் இந்தியர்களை அடக்கி ஒடுக்கிவிட்டனர். 1858 வாக்கில் பிரிட்டிஷார் எதிர்ப்புகள் எதுவும் இல்லாதவர்களாகவும் வெஞ்சினமும் பழிவாங்கும் வெறியும் கொண்ட வெற்றியாளர் களாகவும் ஆகிவிட்டிருந்தனர்.

இதைத் தொடர்ந்து இந்தியாவில் இருந்த பிரிட்டிஷ் ராணுவத்தை இரண்டு மூன்று மடங்கு அதிகரித்தனர். 1858-ல் பிரிட்டிஷ் ராணுவத்தினரின் எண்ணிக்கையானது ஒரு லட்சமாக அதிகரிக்கப் பட்டது. அதற்கு முன்பாக பிரிட்டிஷ் இந்திய ராணுவத்தில் இந்தியர்களின் எண்ணிக்கை சுமார் ஐந்து லட்சமாக இருந்தது. அதை இரண்டு லட்சத்துக்குக் குறைத்தும்விட்டனர்.

புதிதாக நியமிக்கப்பட்ட பிரிட்டிஷ் ராணுவத்தினர் பெரிதும் வட இந்தியாவிலேயே பணிபுரிந்தனர். எனவே வட இந்தியாவில் பசுக் கொலையானது முன்பு எப்போதும் இருந்திராத அளவுக்கு அதிகரித்தது. தினம் தினம் பசுக்கள் பெருமளவில் கொல்லப்படத் தொடங்கியதால் இந்திய விவசாயம், கிராமப்புற வாழ்க்கை எல்லாம் சீர்குலையத் தொடங்கியது. சில வருடங்களுக்குள்ளாகவே நாம்தாரி சீக்கியர்கள் குகர்கள் பிரிட்டிஷரின் பசு கொலையைத் தீவிரமாக எதிர்க்க ஆரம்பித்தனர்.

1870 வாக்கிலேயே இந்த எதிர்ப்பு வேர்விடத் தொடங்கிவிட்டது.

குகர்களின் போராட்டம்

பஞ்சாப் பகுதியில் பசுப் பாதுகாப்பு தொடர்பான போராட்டங்கள் அடிக்கடி நடந்துள்ளன. நாம்தாரி சீக்கியர்கள் (குகர்கள்) 1860களில் இருந்தே பிரிட்டிஷாரை எதிர்த்து ஆயுதம் ஏந்திப் போராடத் தொடங்கியிருந்தனர். பசு வதை எதிர்ப்புப் போராட்டம் என்பது பிரிட்டிஷாரை எதிர்க்க முக்கியகாரணமாக இருந்தது. நாமதாரி

சீக்கியர்களுக்கு அனைத்து சனாதன ஹிந்துக்களைப் போலவே பசுக்கொலையை ஆதரித்த அல்லது அதைச் செய்த மன்னன் ஆளத்தகுந்தவன் அல்ல என்ற அழுத்தமான நம்பிக்கை உண்டு.

1869-ல் பஞ்சாபில் ஃபெரோஸ்பூரில் நாமதாரி சீக்கியர்கள் சீக்கிய ராஜ்ஜியம் ஒன்றை அமைக்கப் போராடினர். 1870-ல் அமிர்தசரஸில் சில இஸ்லாமிய இறைச்சிக்கடைக்காரர்கள் கொல்லப்பட்டனர். 1872-ல் தாங்கள்தான் அந்தக் கொலைகளைச் செய்ததாக ஒப்புக் கொண்ட மற்றும் அந்தக் குற்றத்துக்குக் காரணம் என்று தீர்ப்பளிக்கப்பட்ட பல நாமதாரி சீக்கியர்கள் பிரிட்டிஷ் அரசாங்கத்தினால் மரண தண்டனை விதிக்கப்பட்டனர். 63 நாமதாரி சீக்கியர்கள் துப்பாக்கி குண்டுகளால் துளைக்கப்பட்டு கொல்லப் பட்டனர். வேறு சிலர் தூக்கிலிடப்பட்டனர்.

1872-ல் மீண்டும் நாமதாரி சீக்கியர்கள் பசுக் கொலைக்கு எதிராக இன்னொரு போராட்டத்தை நடத்தினர். டிச 1887-ல் 'அசுத்தமானவர்கள் லண்டனிலிருந்து வந்து குவிந்திருக்கிறார்கள். தேசத்தின் மூலை முடுக்குகளில் எல்லாம் பசு இறைச்சிக்கூடங்களை அமைத்திருக்கிறார்கள். நமது கோமாதாவைக் கொன்று வருகிறார்கள். நாம் நம் உயிரையும் தியாகம் செய்தாவது இதைத் தடுத்தாகவேண்டும்' என்று கோஷங்கள் எழுப்பியபடியே அமிர்தசரஸ் தெருக்களில் வலம் வந்தார்கள். இந்தக் காலகட்டம் முழுவதும் நாமதாரி சீக்கியர்கள் பசு பாதுகாப்புப் போராட்டங்களில் தீவிரமாக ஈடுபட்டனர்.

இவர்கள் நீங்கலாக, நம் தேசம் முழுவதும் பலரும் பெருகி வந்த பசுவதையை எதிர்த்துப் போராட்டங்களில் ஈடுபட்டனர். இந்தக் காலகட்டத்தையுத்து ஏராளமான துறவிகள் தமது வாழ்க்கை முழுவதையும் பசு பாதுகாப்புக்காகவே அர்ப்பணித்தனர். அவர்களில் மிக முக்கியமானவர் தென்னிந்தியாவைச் சேர்ந்த ஸ்ரீமான் ஸ்வாமி. இவருடைய குரல் தேசம் முழுவதும் ஓங்கி ஒலித்தது. அடுத்ததாக ஆரிய சமாஜத்தை நிறுவிய ஸ்வாமி தயானந்த சரஸ்வதி முக்கிய பங்காற்றினார். 1880களில் நம் தேசத்தில் இருந்த பல்வேறு துறவிகள், தலைவர்கள் கோரக்ஷிணி சபாவுடன் தொடர்புகொண்டவர்களாக இருந்தனர்.

கோரக்ஷிணி சபாக்கள்

பசு பாதுகாப்புக் குழுக்கள். நம் தேசத்தில் பசு பாதுகாப்பு தொடர்பாக மிகத் தீவிரமாகச் செயல்பட்ட அமைப்பு இதுவே. வட இந்தியா முழுவதும் குறிப்பாக உத்தரபிரதேசம், பிஹார் பகுதிகளில் பசு

பாதுகாப்பு இயக்கம் பரவவும் செயல்படவும் இந்த அமைப்பே முக்கிய காரணம். நாடோடிகளாக தேசம் முழுவதும் பயணம் செய்யும் துறவிகள், சன்னியாசிகள், சாதுக்கள் பலரும் பசு பாதுகாப்பு இயக்கத்தில் இந்த சபையின் மூலமாகவே முக்கிய பங்காற்றினர். இவர்கள் நாட்டின் பல பகுதிகளில் கோரக்ஷிணி சபாக்கள் அமைத்தனர். அரசுப் பணியில் இருந்த ஏராளமான பிரமுகர்களும் இந்த சபையில் சேர்ந்துகொண்டு பசுப் பாதுகாப்புப் பணிகளில் ஈடுபட்டனர். ஹிந்து ராஜாக்கள் பலரையும் இந்த சபாவில் உறுப்பினராக இணைக்கவும் முயற்சிகள் மேற்கொள்ளப்பட்டன. இந்த சபைகளுக்கு செல்வந்தர்களும் பொதுமக்களும் மிக அதிக நன்கொடைகளை வாரி வழங்கினர்.

இறைச்சிக்கூடங்களுக்குக் கொண்டுசெல்லப்பட்ட பசுக்களை மீட்டு கோசாலைகளில் வைத்துப் பராமரிக்கும் பணியை இந்த சபைகள் முதலில் செய்துவந்தன. பசுவதையைத் தடுக்கும்படி அரசாங்கத்துக்கு விண்ணப்பங்கள் எழுதியும் வந்தன. காலப்போக்கில் இந்த பசுப் பாதுகாப்பு இயக்கம் தேசம் முழுவதும் பரவியதோடு மிகுந்த வலிமையும் பெற்றதும் இந்த கோரக்ஷிணி சபாக்கள் பசு பாதுகாப்புப் போராட்டத்தின் முக்கிய மையங்களாகப் பரிணமித்தன. இறைச்சிக்கூடங்களில் இருந்து பசுக்களை விலை கொடுத்து வாங்கினர். பசுக்களை இறைச்சி வெட்டுபவர்களுக்கோ அதில் ஈடுபடும் இடைத்தரகன்களுக்கோ விற்கவேண்டாம் என்று இந்துக்களிடம் கோரிக்கைவைத்தனர். இந்த கோரிக்கையை மீறும் இந்துக்களுக்கு அபராதம் விதிக்கப்பட்டது.

பல்வேறு வகைகளில் பல ஜாதி அமைப்புகளின் துணையுடன் சமூக அழுத்தங்கள் கொடுத்துப் பல கோரிக்கைகளை மக்கள் மத்தியில் நடைமுறைப்படுத்தின. கோரக்ஷிணி சபைக்கு ஆதரவாக இல்லாதவர் இந்துவே இல்லை என்று சொல்லும் அளவுக்கு உத்தரபிரதேசப் பகுதியில் இந்த சபைகள் செல்வாக்குடன் இருந்தன. இந்த சபாக்கள் ஏற்பாடு செய்யும் கூட்டங்களில் இஸ்லாமியரும் பங்கெடுத்தனர்.

நாடோடிப் பிரசாரர்கள்

இந்த சபாக்களின் முக்கியமான உறுப்பினர்களாக நாடோடியாக தேசம் முழுவதும் பயணம் செய்யும் துறவிகள், சாதுக்கள் இருந்தனர். வட இந்தியா மற்றும் மத்திய இந்தியா முழுவதும் இவர்கள் பயணம் மேற்கொண்டு பசு வதைக்கு எதிராகப் பிரசாரம், சொற்பொழிவுகள் மேற்கொண்டனர். நிதி வசூல் செய்தனர். பசு பாதுகாப்புக்கு

பல்வேறு பகுதிகளில் கோரக்ஷிணி சபையின் கிளைகளை நிறுவினர். செல்வந்தர்கள், ஏழைகள், அனைத்து ஜாதியினர், மதத்தினர் எனச் சமூகத்தின் அனைத்து தரப்பினரையும் ஒன்று சேர்த்தனர். ஸ்ரீமான் ஸ்வாமி, ஸ்வாமி ஆலா ராம், கோபாலனந்த ஸ்வாமி, ஸ்வாமி பாஸ்கரானந்தா, காகி பாபா போன்ற பல துறவிகள் மக்களை ஓரணியில் திரட்டினர். உத்தரபிரதேசம், பிஹார் பகுதிகளில் புனித யாத்திரை மேற்கொள்ளும் நாக சாதுக்கள், பிற துறவியர் கூட்டத்தினர் எல்லாம் பசு பாதுகாப்பில் முக்கிய பங்காற்றினர்.

ஸ்வாமி ஆலா ராம், ஆரிய சமாஜத்தின் அமிர்தசரஸ் கிளையின் முக்கியமான உறுப்பினர். பஞ்சாபில் பசு பாதுகாப்பு தொடர்பான இயக்கத்தில் முக்கிய பங்காற்றியவர். இந்திய தேசிய காங்கிரஸ்டனும் தொடர்பில் இருந்த அவர் 1888, 1890, 1891, 1892 ஆண்டுகளில் நடைபெற்ற காங்கிரஸ் மாநாடுகளில் பங்கெடுத்துப் பேசியிருக்கிறார். அவர் தன் வாழ் நாள் முழுவதும் பொதுமக்களின் நன்கொடைகள், தானங்கள் ஆகியவற்றைப் பெற்று ஒரு துறவியாகவே வாழ்ந்தார்.

1884-ல் ஸ்வாமி ஆலா ராம் பொற்கோவிலுக்கு அருகில் நடைபெற்ற கூட்டத்தில் பசு பாதுகாப்பு பற்றிப் பேசினார். 1885-ல் பஞ்சாப் முழுவதும் அவர் உரையாற்றிப் பசுப் பாதுகாப்புக்கு நிதி வசூல் செய்தார். அந்த நிதியைக் கொண்டு இறைச்சிக்கூடங்களுக்கு அனுப்பப்பட்ட பசுக்களை மீட்டு கோசாலைகள் அமைத்தனர்.

ஊர் ஊராகச் சென்று சொற்பொழிவாற்றும் பல ஆன்மிக பிரமுகர்கள், சாதுக்கள் பலர் இருந்தனர். விழாக்கால மைதானங்கள், சந்தைகள், புனித நீராடலுக்கான ஆற்றின் கரைகள் என மக்கள் திரளாகக் கூடும் இடங்களில் அவர்கள் பசு பாதுகாப்பு பற்றி விரிவாக எடுத்துரைத்தனர். அவர்களில் முக்கியமானவர் பனாரஸி தாஸ். அவர் மத்திய இந்தியா, ராஜஸ்தான் பிராந்தியங்களில் 1882 வாக்கில் சுற்றுப்பயணம் மேற்கொண்டு உரையாற்றினார். 1884 வாக்கில் பஞ்சாபில் பல கூட்டங்களில் பெருந்திரளான இந்துக்கள் மத்தியில் உரையாற்றினார். ஏராளமான மக்கள் இவருடைய பேச்சைக் கேட்கக் கூடுவார்கள். பசு பாதுகாப்பு தொடர்பாக விண்ணப்பத்தை பிரிட்டிஷ் நாடாளுமன்றத்துக்குக் கொடுக்க இங்கிலாந்துக்கு நேரில் சென்றுவந்திருந்தார்.

இவர்கள் நீங்கலாக பல்வேறு உபன்யாசர்கள், ஆன்மிகச் சொற்பொழிவாளர்கள் பலரும் ஊர் ஊராகச் சென்று ஏராளமான மக்கள் கூடிய கூட்டங்களில் பசு பாதுகாப்பு தொடர்பாக

உரையாற்றினனார்கள். இவர்கள் அனைவரும் பல்வேறு துண்டு பிரசுரங்கள், ஓவியங்கள் எல்லாம் மக்களிடையே விநியோகித்தனர். பசுவைக் கொல்வதென்பது ஒருவர் தன்னுடைய தாயைக் கொல்வதுபோல் என்ற கருத்தை மக்கள் மனதில் அழுத்தமாகப் பதியவைத்தனர்.

ஆரிய சமாஜம் மற்றும் தயானந்த சரஸ்வதியின் பங்கு

1880-1894 காலகட்டத்தில் பசு பாதுகாப்பு இயக்கத்தில் முதன் முதலில் தீவிரமாகக் களமிறங்கிய ஆன்மிக நிறுவனம் ஆர்ய சமாஜம் தான். இந்த நிறுவனம் தான் நாடு முழுவதும் கோரக்ஷிணி சபாக்களை பெரிய அளவில் ஆரம்பிக்கவும் உதவியது. இதைத் தொடர்ந்து ஏராளமான தர்ம சபைகளும் பிற ஹிந்து அமைப்புகளும் பசுப் பாதுகாப்பு இயக்கத்தில் பங்கெடுக்கத் தொடங்கின. பண்டிட் தயானந்த சரஸ்வதி 1866லிருந்தே பசுப் பாதுகாப்பு விஷயத்தில் அக்கறை கொண்டிருந்தார்.

தயானந்த சரஸ்வதி ஆர்ய சமாஜத்தை நிறுவியவர். 1883 அக்டோபரில் உயிர் துறக்கும்வரை பசு பாதுகாப்பு தொடர்பாக மக்கள் மத்தியில் பெரும் எழுச்சியை உருவாக்கினார். தனது மகத்தான படைப்பான 'சத்யார்த்த பிரகாச'த்தில் பசு பாதுகாப்பு பற்றி விரிவாக எழுதியிருக்கிறார். மக்களுக்கு உதவியாக இருக்கும் விலங்குகளைப் பாதுகாப்பது ஆட்சியாளரின் கடமை. ஏனென்றால், மக்களின் வாழ்வாதாரம் அந்த விலங்குகளைச் சார்ந்ததாகவே இருக்கிறது என்று சொல்லி பசுவைக் காப்பாற்றத் தவறிய பிரிட்டிஷ் அரசின் மீது கடும் விமர்சனங்களை அவர் முன்வைத்தார். ஒரு பசுவின் அதன் கன்றுகளும் தன் வாழ் நாளில் ஆயிரக்கணக்கானவர்களுக்கு உணவளிக்கும். ஆனால், அவற்றைக் கொன்று தின்றால் ஒரு நூறு பேருக்கு மட்டுமே உணவாக முடியும். ஒரு மனிதருடைய ஆரோக்கியமான வாழ்க்கைக்குப் பால் மிகவும் அவசியம். எனவே பசுவைக் கொல்லக்கூடாது. பால் பொருட்களின் பற்றாக் குறையினால் இந்தியர்களின் உடல் வலிமை குன்றிவருகிறது என்று அவர் குறிப்பிட்டார்.

1881 வாக்கில் பசுக் கொலைக்கு எதிராக மிகப் பெரிய போராட்டத்தை ஆரம்பிக்க முடிவு செய்து அது தொடர்பாக பல்வேறு சொற் பொழிவுகள் ஆற்றினார். கோ-கருணாநிதி என்று பசுவைப் புகழ்ந்தும் பசு கொலைகளைக் கண்டித்தும் துண்டு பிரசுரம் ஒன்று எழுதினார். இந்த பிரசுரத்தின் முதல் பாதியில் பசுவையும் பிற கால் நடைகளையும் பாதுகாக்க வேண்டியதன் அவசியம் பற்றி

விவரித்திருந்தார். பொருளாதர நோக்கிலான காரணங்களை விரிவாகச் சொன்னவர் புனித நூல்களில் இருந்து மேற்கோள்கள் காட்டி அதற்கான ஆன்மிக நியாயங்களையும் முன்வைத்திருந்தார். எதிர் தரப்பினர் பசு கொலைக்கு ஆதரவாகப் பேசும் விஷயங்கள் அனைத்துக்கும் விரிவான பதிலும் அதில் இடம்பெற்றிருந்தது.

பசுக்களைக் கொன்றால் அது சமூக அழிவுக்குத்தான் வழிவகுக்கும். விளைபொருட்கள் கணிசமாகக் குறைந்துவிடும். இயற்கையின் சம நிலை குலைந்துவிடும். பிரபஞ்ச ஒத்திசைவும் சிதைந்துவிடும். எந்தவொரு விலங்கின் மாமிசத்தையும் உண்பது பாவமே. வேதங்களில் எந்தவொரு இடத்திலும் உயிர் கொலையோ மாமிச உணவோ ஆதரிக்கப்படவில்லை என்றும் அவர் குறிப்பிட்டிருந்தார்.

கோகருணாநிதி பிரசுரத்தின் இரண்டாவது பாதியில் கோகிருஷ்யாதிரக்ஷிணி சபாவின் விதிகள் துணை விதிகள் எல்லாம் இடம்பெற்றிருந்தன. உறுப்பினர் படிவம், நிறுவனம் பற்றிய விவரங்கள் எல்லாம் அதில் இடம்பெற்றிருந்தன. உடல், மனம், பொருள் என முடிந்தவகையில் தமது உதவியை வழங்க விரும்பும் நபர்கள் அனைவருடைய நலனுக்காகப் பாடுபட முன்வரும்படி அழைப்பு விடுத்தது. இந்த இலக்கைக் கொண்ட நிறுவனங்கள் ஒரு குடையின் கீழ் வந்து இந்தப் போராட்டத்தில் பங்கெடுக்கும்படிக் கேட்டுக்கொள்ளவும் செய்தது. இந்த இயக்கத்தில் யார் வேண்டுமானாலும் சேரலாம் என்று தயானந்த சரஸ்வதி திறந்த மனதுடன் அழைப்பு விடுத்திருந்தார்: 'எந்த ஜாதி, குழு, மதம், நிறுவனம் என எதைச் சேர்ந்தவராக இருந்தாலும் இந்த அமைப்பில் உறுப்பினராகலாம். எந்தப் பிரிவைச் சேர்ந்தவராக இருந்தாலும் அவர்களுக்கு நிர்வாகக் குழுவில் இடம் உண்டு.'

வட இந்தியாவில் இந்த துண்டுப்பிரசுரம் ஆர்ய சமாஜ உறுப்பினர்களால் பல ஊர்களில் விநியோகிக்கப்பட்டது. இந்த இயக்கம் வெகு சீக்கிரமே பலரைச் சென்று சேர்ந்தது. உடனடியாக ஆக்ராவில் கோரக்ஷிணி சபையின் கிளை தொடங்கப்பட்டது. அது போலவே பல இடங்களில் கிளைகள் ஆரம்பிக்கப்பட்டன.

ஸ்வாமி தயானந்த சரஸ்வதி இந்த இயக்கத்தை மேலும் வலிமைப்படுத்த விரும்பினார். ஒரு லட்சம் பேரிடம் பசு பசு பாதுகாப்பு தொடர்பாக கையெழுத்து வாங்கி விக்டோரியா மகாராணி, பிரிட்டிஷ் நாடாளுமன்றம், இந்தியாவுக்கான பிரிட்டிஷ் கவர்னர் ஜெனரல் ஆகியோரிடம் சமர்ப்பிக்கத் திட்டமிட்டார். பம்பாயில் மார்ச் 1882-ல் இது தொடர்பாக ஒரு தீர்மானத்தை

வெளியிட்டு பிரிட்டிஷ் அரசாங்கம், 'உடனடியாகப் பசு, காளை எருமை ஆகியவற்றின் படுகொலையைத் தடுத்து நிறுத்த வேண்டும்' என்று கேட்டுக்கொண்டார்.

ஸ்வாமி தயானந்த சரஸ்வதியின் கடிதத்துடன் ஆயிரக்கணக்கான தீர்மானப் பிரதிகள் ஆர்ய சமாஜ கிளைகள், முன்னணி பிரமுகர்கள், நிறுவனங்கள், சமஸ்தானங்களின் ராஜாக்கள் அனைவருக்கும் அனுப்பப்பட்டன. மேவார் பகுதியில் இருந்து சுமார் 40000 பேர் கையெழுத்திட்டு அனுப்பியிருந்தனர். பட்டியாலாவில் இருந்து சுமார் 60,000 பேர் கையெழுத்திட்டிருந்தனர். வட இந்தியா முழுவதும் சில லட்சம் பேரிடம் கையெழுத்துகள் பெறப்பட்டன.

தொடர்புடைய போராட்டங்கள்

இதே காலகட்டத்தில் இதனுடன் தொடர்புடைய பல போராட்டங்களும் நடைபெற்றன. ஐரோப்பிய முறையில் உற்பத்தி செய்யப்பட்ட சர்க்கரையில் கால்நடைகளின் எலும்புகள் சுத்திகரிக்கும் நோக்கில் சேர்க்கப்படுவதாகச் சொல்லப்பட்டதால் அதை எதிர்த்தும் 1881-ல் லாகூர் மற்றும் அமிர்தசரஸில் போராட்டங்கள் ஆரம்பிக்கப்பட்டன. 1884-ல் பசு பாதுகாப்புப் போராட்டம் மீண்டும் ஆரம்பிக்கப்பட்டபோது இந்த ஐரோப்பிய சர்க்கரை எதிர்ப்பு இயக்கமும் சூடுபிடித்தது. 1884-ல் பவல்பூரில் ஆரம்பித்த இந்தப் போராட்டம் லாகூர், அமிர்தசரஸ், பெஷாவர், லூதியானா, முல்தான், குர்தாஸ்பூர், ஜாலந்தர் போன்ற பகுதிகளுக்கும் பரவியது. 1885 வசந்த காலத்தில் தில்லியை வந்தடைந்த இந்தப் போராட்டம் அதன் பின் வேகம் குறைந்தது.

1887-ல் ஹரித்துவாரில் நிறுவப்பட்ட பாரத் தர்ம மஹாமண்டல் என்ற அமைப்பு இந்தப் போராட்டத்தை மீண்டும் முன்னெடுத்தது. இந்த அமைப்பு பசு பாதுகாப்புப் போராட்டங்களிலும் முக்கிய பங்காற்றியது. 1890 வாக்கில் இந்த ஐரோப்பிய சர்க்கரைக்கு எதிரான போராட்டம் வங்காளம், உத்தரபிரதேசம், பஞ்சாப் போன்ற பகுதிகளுக்கும் பரவியது.

1891-ல் வங்காளத்தில் இருக்கும் நதேயா பகுதியைச் சேர்ந்த இந்துக்கள் அயல்நாட்டு, உப்பு, அயல் நாட்டு சர்க்கரை ஆகியவற்றைப் பயன்படுத்தமாட்டோம் என்று தீர்மானம் எடுத்தனர். அவற்றைச் சுத்திகரிக்க கால்நடை எலும்புப் பொடிகளைப் பயன்படுத்துவதால் அந்த முடிவெடுக்கப்பட்டது. 1891-ல் இந்த போராட்டம் மத்திய இந்தியாவுக்குள்ளும் பரவியது.

தேசத்தின் பல பகுதிகளில் நடைபெற்ற
பசுவதை எதிர்ப்புப் போராட்டம்

1. பஞ்சாப்

1862-ல் பாட்டியாலாவின் மஹாராஜா வைஸ்ராய் சட்டசபை உறுப்பினர் என்ற வகையில் இந்தியாவில் மாட்டிறைச்சி விற்பனைக்குத் தடைவிதிக்கும் சட்டம் ஒன்றைக் கொண்டு வரவேண்டும் என்று ஒரு மசோதாவைத் தாக்கல் செய்தார். ஆனால், அது நிராகரிக்கப்பட்டுவிட்டது.

1882லிருந்து பஞ்சாப் முழுவதும் பசு கொலையைத் தடுத்து நிறுத்தும்படி அரசுக்கு ஏராளமான மனுக்கள் அனுப்பப்பட்டன. ஆர்ய சமாஜம் இதை முன்னெடுத்தது. உத்தரபிரதேசம் மற்றும் பஞ்சாபில் இருந்த ஆர்ய சமாஜக் கிளையின் பிரதிநிதிகள் அந்தப் பிராந்தியங்கள் முழுவதும் பயணம் செய்து அந்த விண்ணப்பங்களில் மக்களிடம் கையெழுத்து பெற்றனர். மீரட், கொரேகாவ், ஃபெரோஸ்பூர், முல்தான், லாகூர், சியல்கோட், ராவல்பிண்டி பகுதிகளில் இருந்த ஆர்ய சமாஜக் கிளைகளின் பிரதிநிதிகள் இந்த இயக்கத்தைத் தீவிரமாக முன்னெடுத்தனர். தில்லி, லுதியானா, குஜ்ரன்வாலா, ஹிஸார், சிர்ஸா, ரோதக், லாகூர், சியோல்காட் போன்ற பகுதிகளில் இந்த விண்ணப்பப் பிரதிகள் விநியோகிக்கப் பட்டு லட்சக்கணக்கானோரிடம் கையெழுத்துப் பெறப்பட்டன.

பசு கொலையை எதிர்த்து பல இடங்களில் இந்துக்களும் முஸ்லிம்களும் கையெழுத்திட்டனர். இந்தக் காலகட்டத்தில் ஆர்ய சமாஜத்தினால் பஞ்சாபின் பெரிய ஊர்கள் அனைத்திலும் கோரக்ஷிணி சபைகள் ஆரம்பிக்கப்பட்டன. ஜூலை 1882 கடைசிவாக்கில் பெருமளவிலான பிரிட்டிஷ் அரசுப் பணியில் இருந்த இந்தியர்கள் உட்பட சமூகத்தின் அனைத்து தரப்பினரும் பங்குபெறும் மிகப் பெரிய இயக்கமாக இந்தப் பசு பாதுகாப்பு இயக்கம் வளர்ந்தது.

ஆனால், 1883 வாக்கில், இந்த இயக்கம் பல இடங்களுக்குப் பரவியும் வலுப்பெற்றும் வரத் தொடங்கியதும் ஹிந்து முஸ்லிம்களிடையே

விரிசல் ஏற்படத்தொடங்கியது. மாட்டிறைச்சி விற்கப்படும் சந்தைகள், பொருட்காட்சிகள், மற்றும் சில பகுதிகளை இந்துக்கள் தவிர்க்க ஆரம்பித்தனர். பசுவதைக்கு முஸ்லிம்களும் காரணம் என்பதால் ஹிந்துக்கள் அவர்களுக்கு எதிராகப் பல்வேறு சமூக அழுத்தங்களைத் தரத் தொடங்கினர். 1884 வாக்கில் பெரும்பாலான பத்திரிகைகள் பசு பாதுகாப்பு இயக்கத்துக்கு முழு ஆதரவு தரத்தொடங்கியிருந்தன. ஹிந்து முஸ்லிம் ஒற்றுமையும் மிகவும் அவசியம் என்று அவை குறிப்பிட்டன.

ஜூலை 1884-ல் லாகூரில் இருந்து வெளியான ஃபார்ஸி அக்பர் என்ற செய்தித்தாளானது, 'இந்துக்களுக்கும் முஸ்லிம்களுக்கும் இடையில் நெருக்கடிகள் வருவதற்கு முக்கிய காரணம் ஐரோப்பிய பாணியில் மாட்டிறைச்சியைச் சாப்பிடுவதுதான்' என்று குறிப்பிட்டிருந்தது. அதோடு, 'பசுவதைக்குத் தடை விதிக்கும்படி பிரிட்டிஷ் அரசை இந்துக்கள் வற்புறுத்தவேண்டும்' என்றும் கேட்டுக்கொண்டது.

அக் 1884-ல் அதே செய்தித்தாளானது, 'முஸ்லிம் இறைச்சிக் கடைக்காரர்களும் பசுவைக் கொல்வதுண்டு என்றாலும் அதை அவர்கள் ஹிந்து முஸ்லிம்களிடையே மோதல் நிலவவேண்டும் என்று விரும்பும் பிரிட்டிஷ் அதிகாரிகளின் உத்தரவின் பேரிலேயே செய்கிறார்கள்' என்று குறிப்பிட்டிருந்தது.

அஃப்தாப் ஐ பஞ்சாப் (லாகூர்) செய்தித்தாளின் 6, செப் 1886 இதழில், 'ஹிந்து முஸ்லிம்களுக்கிடையே ஈத் பண்டிகையின்போது பசுக்களைக் கொல்வது தொடர்பாகத் தொடர்ந்து சண்டைகள் நடந்துவருகிறது. இஸ்லாம் பசுவை பலிகொடுக்கவேண்டும் என்று குறிப்பிட்டுச் சொல்லவில்லை. எனவே முஸ்லிம்கள் பசுவைக் கொல்வதை நிறுத்தவேண்டும்' என்று குறிப்பிட்டிருக்கிறது.

வாஸிர் அல் முல்க் (சியால்கோட்) 12, அக், 1886 இதழில், 'பசுவதை தொடர்பாக ஹிந்து முஸ்லிம்களிடையே அடிக்கடி சண்டைகள் நடப்பதால் முஸ்லிம்கள் பசுவதையைக் கைவிடவேண்டும்' என்றும் கேட்டுக்கொண்டிருந்தது.

கோ ஐ நூர் (லாகூர்) தன்னுடைய 27, நவம்பர், 1886 இதழில், 'ஹிந்து முஸ்லிம்களுக்கு இடையிலான மோதல் என்பது பசுவதை தொடர்பாகவே நடைபெற்றுவருகிறது. முஸ்லிம்கள்தான் பசுவதைக்குக் காரணம் என்று ஹிந்துக்கள் தவறாக நினைக்கிறார்கள். பிரிட்டிஷார்தான் பசு மாமிசம் உண்கிறார்கள். அவர்கள் இலையென்றால் முஸ்லிம்கள் பசு கொலையில் ஈடுபட மாட்டார்கள்' என்று குறிப்பிட்டிருக்கிறது.

பசு வதை தடுப்பு இயக்கம் வலுப்பெற ஆரம்பித்ததும் கோரக்ஷிணி சபையை மூடும்படி பிரிட்டிஷ் அரசு நிர்பந்தப்படுத்தியது. பிரிட்டிஷ் அரசில் பணிபுரிபவர்கள் பசு பாதுகாப்பு இயக்கத்தில் பங்கெடுத்தால் தண்டிக்கப்பட்டனர். 1884-ல் கோல்கா பகுதியில் இருந்த கோரக்ஷிணி சபைப் போராட்டங்களில் பங்கெடுத்த பிரிட்டிஷ் அரசுப் பணியாளர்கள் தண்டிக்கப்பட்டனர். 1884 ஜுன் மாதத்தில் அம்பாலாவில் இருந்த கோரக்ஷிணி சபை துணை கமிஷனரின் கெடுபிடிகளினால் மூடப்பட்டது. எனினும் சபை உறுப்பினர்கள் ரகசியமாக பசு பாதுகாப்புப் பணிகளில் ஈடுபட்டுவந்தனர்.

முன்பைப் போலவே நிதி வசூல்கள் நடைபெற்று கோசாலைகள் பராமரிக்கப்பட்டன. இப்படியான அரசுக்குத் தெரியாமல் பல கூட்டங்கள் பல இடங்களில் நடைபெற்றன. சேகரமான நிதியைப் பயன்படுத்தி பசுக்களுக்கான மேய்ச்சல் நிலங்கள் வாங்கப்பட்டன. சில நேரங்களில் வெளிப்படையாக ஏராளமான மக்கள் பங்கு பெறும்வகையான கூட்டங்களும் நடைபெற்றன. அக், 1885-ல் அமிர்தசரஸில் நடைபெற்ற ஆர்ய சமாஜக் கூட்டத்தில் சுமார் 2000 பேர் பங்குபெற்றனர். நூற்றுக்கணக்கான வயதான பசுக்கள் வாங்கப்பட்டு ஹரித்துவார் போன்று மேய்ச்சல் நிலங்களும் கோசாலைகளும் இருக்கும் இடங்களுக்கு அனுப்பிவைக்கப் பட்டன. சில நேரங்களில் பசுப் பாதுகாப்பு தொடர்பான நடவடிக்கைகளினால் மோதல்கள் ஏற்பட்டுள்ளன. 1886 கடைசியில் தில்லி, ஹரியானா பகுதிகளிலும் இப்படியான மோதல்கள் நடந்தன.

1886 முடிவு வாக்கில் ஆர்ய சமாஜ உறுப்பினர்கள் ராணுவத்தில் சேர்வதாகவும் சிப்பாய்கள் மத்தியில் பசு பாதுகாப்பு பற்றி பிரசாரம் செய்வதாகவும் தகவல்கள் பதிவாகியுள்ளன. நாம்தாரி சீக்கியர்கள் சீக்கியப் படைப்பிரிவினர் மத்தியில் இந்த பிரசாரத்தை மேற்கொண்டதாகச் சொல்லப்பட்டது. ரஷ்யர்கள் விரைவில் பிரிட்டிஷாரைத் தோற்கடித்துவிடுவார்கள்; அதன் பின் அவர்கள் இந்தியாவைக் கைப்பற்றி பசுவதையை முடிவுக்குக் கொண்டுவருவார்கள் என்ற வதந்தியும் பஞ்சாபின் பல பகுதிகளில் பரவியது.

செப் 1887-ல் ஜஜ்ஜர் பகுதியைச் சேர்ந்த இந்துக்கள் பசு வதை முழுமையாகத் தமது பகுதியில் தடைசெய்யப்படவேண்டும் என்று ஒரு மனுவை அரசிடம் கொடுத்தனர். சில முஸ்லிம்களும் அதற்கு ஆதரவு தெரிவித்திருந்தனர். அதே மாதத்தில் தில்லி இருந்து வெளியான இரண்டு செய்தித்தாள்களில் அரசர் ஷா ஆலம் வெளியிட்ட ஃபர்மான்-தடைஆணையின் நகல் வெளியிடப்

பட்டிருந்தது. அதில் அவர், 'பசுக்கள், காளைகள் போன்றவற்றைக் கொல்வது இஸ்லாமிய ஹதீஸ்களின்படி குற்றம் என்பதால் தனது ஆளுகைக்குட்பட்ட பகுதிகள் முழுவதிலும் அவற்றைக் கொல்வதைத் தடை' என்று ஆணை பிறப்பித்திருந்தார். ஆனால் அந்த தடையாணை போலியானது என்று ஒரு பிரச்னையும் எழுந்தது.

1887-88 குளிர்காலத்தில் பசு வதை தடுப்புப் போராட்டமானது தேசத்தின் பல பகுதிகளில் நடக்க ஆரம்பித்தது. இதனால் 1840-ல் உருவாக்கப்பட்ட இந்திய அரசின் தக்கி மற்றும் டெகாய்ட்டி துறையானது பல்வேறு பகுதிகளில் நடைபெற்றுவரும் போராட்டங்கள் தொடர்பான தகவல்களைச் சேகரித்துக் கொடுக்க சிறப்பு மத்திய பிரிவு ஒன்றை நியமித்தது. பல்வேறு பிராந்திய அரசுகளின் தலைமையகங்களில் இது தொடர்பாக கிளை அமைப்புகளையும் நிறுவியது.

ஏப் 1888-ல் பஞ்சாப் அரசு பசுவதை தொடர்பாக சில விதிமுறைகளை வரையறுத்திருந்தது. டவுன் எல்லை மற்றும் பொதுச் சாலையிலிருந்து 300 அடிக்குள் இறைச்சிக்கூடங்கள் இருக்கக் கூடாது. இறைசிச்சிக்கூடங்களுக்குக் கொண்டுவரப்படும் விலங்குகள் பிரதான சாலை வழியாகக் கொண்டுவரக்கூடாது. பிரதான சாலையில் கட்டிப்போடப்படக்கூடாது என்பதுபோன்ற விதிகள் அதில் இருந்தன. குஜ்ரன்வாலா பகுதியில் இருந்த இறைச்சிக்கூடம் இந்த விதிகளை மீறியது. அதை இடம் மாற்றச் சொல்லி மாவட்ட மற்றும் முனிசிபல் அதிகாரிகளிடம் பல்வேறு முக்கிய இந்து முஸ்லிம் தலைவர்கள் கையெழுத்திட்டுப் பல மனுக்கள் கொடுத்தனர். முனிசிபாலிட்டியைச் சேர்ந்த பணியாளர்கள் பலருமே கூட அந்த இறைச்சிக்கூடத்தை இடம் மாற்றவேண்டும் என்று சொன்னார்கள்.

இப்படியான நேரத்தில் ஃப்ரோஸ்பூரில் ஒரு சாது, 'ஹிந்துக்களின் கடமை' என்ற தலைப்பில் ஒரு சொற்பொழிவாற்றினார்: 'நெய்யின் விலை நாளுக்கு நாள் அதிகரித்துக்கொண்டே போகிறது. இன்னும் சில வருடங்களில் நெய் வாங்குவது சாதாரண மக்களால் முடியாமல் போய்விடும். முஸ்லிம்களும் அதிக அளவில் நெய் பயன் படுத்துவதுண்டு என்பதால் பசு வதை தடுப்பு நடவடிக்கைகளில் இந்துக்களுடன் சேர்ந்துகொண்டு இறைச்சிக்கடைகளை மூடச் சொல்லி அரசுக்கு மனு கொடுக்க முன்வரவேண்டும்' என்று கேட்டுக்கொண்டிருந்தார். பசுக்கள் பெருமளவில் கொல்லப் படுவதால் பால், நெய் ஆகியவற்றின் விலை மிக அதிகமாகி வருவதாக செய்தித்தாள்களிலும் கட்டுரைகள் வெளியாகின.

பஞ்சாப் பஞ்ச் (லாகூர்) செய்தித்தாளில் 3, மே, 1888 வாக்கில் ஒரு செய்தி வெளியிட்டிருந்தது: 'ஹிந்துக்கள் பசுவதையை அவர்களுடைய மத நம்பிக்கையின் அடிப்படையில் எதிர்க்கிறார்கள். அதேநேரம் இஸ்லாமிய சமூகம் மட்டும்தான் இதற்குக் காரணம் என்று சொல்லமுடியாது. ஐரோப்பியர்களுக்காகவே பசு கொலை அனுமதிக்கப்பட்டிருக்கிறது'.

அஃப்தாப் இ பஞ்சாப் (லாகூர்) 30 மே 1888-ல் , மாட்டிறைச்சி உண்பது கிறிஸ்தவர்களின் மதம் சார்ந்த நம்பிக்கையில் கிடையாது என்று கிறிஸ்தவ புனித நூல்களை மேற்கோள்காட்டி, 'இந்துக்களின் நலனுக்காக உண்மையான கிறிஸ்தவர்கள் பசு கொலையைக் கைவிடவேண்டும்' என்று கேட்டுக்கொண்டிருந்த கடிதம் ஒன்று வெளியாகியிருந்தது.

ஜூலை 1888-ல் ஹிந்து முஸ்லிம்கள் பங்குபெற்ற மிகப் பெரிய கூட்டம் ஒன்று ஃபெரோஸ்பூரில் நடைபெற்றது. லெப்டினெண்ட் கவர்னரிடம் நகர எல்லைக்குள் அமைக்கப்பட்டிருக்கும் இறைச்சிக்கூடங்களை மூட உத்தரவிடும்படி மனு கொடுத்தவரின் தலைமையில் அந்தக் கூட்டம் நடைபெற்றது. இந்துக்களுக்கும் முஸ்லிம்களுக்கும் இடையில் அதுவரை நிலவிய நல்லிணக்கம் இந்த இறைச்சிக்கூடங்களினால் சிதைந்துபோகும் என்று முஸ்லிம்கள் பயந்தனர். மாட்டிறைச்சி விரும்புபவர்கள் அதை ராணுவ கண்டோன்மென்டில் இருந்து எளிதில் பெற்றுக்கொள்ள முடியும். எனவே தனியான மாட்டு இறைச்சிக்கூடமோ கடையோ தேவையில்லை என்று அவர்கள் சொன்னார்கள்.

பிரிட்டிஷ் அரசும் அவர்களுக்கு ஆதரவான பத்திரிகைகளும் இந்துக்களுடன் முஸ்லிம்கள் இணைந்து செயல்படுவதைத் தடுக்க முயன்றனர். மேலே குறிப்பிடப்பட்ட கூட்டத்தைப் பற்றி இம்பீரியல் பேப்பர் (லாகூர்) 21, ஜூலை, 1888-ல் ஒரு செய்தி வெளியிட்டது.

அதில், 'பசு பாதுகாப்பு என்ற பெயரில் நடக்கும் போராட்டங்களின் உண்மை முகத்தை முஸ்லிம்கள் புரிந்துகொள்ளவில்லை' என்று குறிப்பிட்டிருந்தது. 'மாட்டிறைச்சி உண்ணும் ஆங்கிலேயர்கள் மற்றும் இஸ்லாமியர்களை எதிர்க்கவேண்டும்; அதற்கு இந்துக்களை ஓரணியில் திரட்டவேண்டும் என்பதுதான் பசு பாதுகாப்பு இயக்கத்தின் நோக்கம். எனவே முஸ்லிம்கள் இந்தப் போராட்டத்துக்கு ஆதரவு தரக்கூடாது' என்று எழுதியிருந்தது.

எனினும் சில ஆங்கிலம் அல்லாத பத்திரிகைகள் ஃபெரோஸ்பூர் முஸ்லிம்கள் இந்துக்களுடன் இணைந்து மாட்டிறைச்சிக்கூடங்களை மூடச்சொல்லிப் போராடியதைப் பாராட்டி எழுதியிருந்தது. 'மிகவும் ஏழையாக இருக்கும் ஒரு சில இஸ்லாமியரைத் தவிர மற்ற முஸ்லிம்கள் மாட்டு இறைச்சி உண்பதில்லை. அவர்கள் அதை மதக் கடமையாகக் கருதுவதும் இல்லை' என்று குறிப்பிட்டிருந்தது. இந்து முஸ்லிம்களிடையே ஏற்பட்டுவரும் அனைத்து பிரச்னை களுக்கும் பசு வதையே மூல காரணம் என்பதால் இரண்டு சமூகத்தினரும் இணைந்து பசுவதையைத் தடுக்கவேண்டும் என்று ஆலோசனையும் கூறியிருந்தது. 'ஃபெரோஸ்பூர் முஸ்லிம்கள் முன்வைத்திருக்கும் முன்மாதிரி நல்லிணக்கத்தைப் பிற நகரங்களில் இருப்பவர்களும் பின்பற்றவேண்டும்' என்று இன்னொரு செய்தித்தாள் சொல்லியிருந்தது.

தில்லியில் இருந்து வெளியான செய்தித்தாள் ஒன்றில் பசுக்கொலையைத் தடுக்கவேண்டும் என்று தீவிரமாக கருத்துத் தெரிவித்த பார்ஸி கனவான், 'சிப்பாய் புரட்சிக்குப் பின்னரான முப்பது ஆண்டுகளில் சுமார் 40,50,000 பசுக்கள் பிரிட்டிஷ் ராணுவத்தினருக்காக மட்டும் கொல்லப்பட்டிருக்கின்றன' என்று குறிப்பிட்டிருந்தார். 'பசுவதைக்கு முஸ்லிம்களைக் குறை சொல்லும் ஹிந்துக்கள் இந்த விஷயத்தை யோசித்துப் பார்க்கவேண்டும்.'

இன்னொரு செய்தித்தாளில், 'இஸ்லாம் தனது மார்க்கத்தைச் சேர்ந்தவர்கள் பொதுவெளியில் பிறருக்கு நெருக்கடி தரும்வகையில் எந்தவொரு விலங்கையும் வெட்டிக் கொல்லவேண்டும் என்றெல்லாம் சொல்லவே இல்லை. எனவே முஸ்லிம்கள் பசுக்களை இப்படிக் கொல்லவேண்டிய அவசியமே இல்லை. ஹிந்துக்களுடன் நல்லுறவை வளர்க்கும் முயற்சிகளில் ஈடுபடவேண்டுமே தவிர அவர்கள் மனதைப் புண்படுத்தும் விதமாக நடந்துகொள்ளக்கூடாது' என்று சொல்லப்பட்டிருந்தது.

லாகூர் செய்தித்தாளில் ஒரு இஸ்லாமிய அரசு அதிகாரி எழுதியிருந்தது: 'இஸ்லாமிய நாட்டு மன்னர்கள், அதிகார வர்க்கத்தினரை விட பிரிட்டிஷ் அதிகாரவர்க்கமும் ஆட்சியாளர் களும் மிக அதிகப் பசுக்களைக் கொன்று தின்றுவருகிறார்கள்'. கபூர்தலாவில் இருந்துவெளியான செய்தித்தாள் ஒன்றில், 'இங்கிலாந்தில் மீனும் பல்லிகளும் மட்டும்தான் இருக்கின்றன. பசுக்களின் பயன் அவர்களுக்குத் தெரியாது என்பதால் மாட்டிறைச்சியைத் தின்கிறார்கள்' என்று குறிப்பிடப்பட்டிருந்தது.

டிசம்பர் 1888-ல் பசு பாதுகாப்பு இயக்கம் புதிய வகை யுக்திகளுடன் மேலும் வலுப் பெற்றது. பஞ்சாப் மாவட்டங்கள் அனைத்துக்கும் லக்னோவில் இருந்த கராத்தி கோசாலையில் இருந்து பசுவதையைத் தடுக்கச் சொல்லி நூற்றுக்கணக்கான துண்டுப் பிரசுரங்கள் அனுப்பிவைக்கப்பட்டன. 1889ன் இறுதிப் பகுதியில்கூட இந்தப் பிரசுரங்கள் பல பகுதிகளில் விநியோகிக்கப்பட்டுவந்தன.

ஆகஸ்ட் 1889-ல் ரோத்தக் பகுதியில் பசு ஒன்று கொல்லப்பட்டதைத் தொடர்ந்து இரு சமூகத்தினர் மற்றவர்களின் கடைகளைப் புறக்கணித்தனர். தமக்கென்று தனித்தனியாக மளிகைக் கடைகள், காய்கறி கடைகள் இவற்றை அமைத்துக்கொண்டனர்.

ஹிந்துக்களும் முஸ்லிம்களும் ஒன்றிணைந்து செயல்பட்ட தருணங்களும் உண்டு. ஆகஸ்ட் மாதத்தில் துணை கமிஷனருக்கு ஹிந்துக்களும் முஸ்லிம்களும் இணைந்து கையெழுத்திட்டு ஒரு விண்ணப்பம் கொடுத்தனர். அதில், 'ஊருக்குள் புதிதாக ஆரம்பிக்கப் பட்டிருக்கும் மாட்டிறைச்சிக்கூடங்களை மூடவேண்டும். வேண்டு மானால் ஊருக்கு மூன்று நான்கு மைல்கள் வெளியே அவற்றைத் திறந்துகொள்ளட்டும்' என்று கோரிக்கை விடுத்தனர் என்று ஜலந்தரில் இருந்து ஒரு அறிக்கை தெரிவிக்கிறது.

ஹிஸார் மாவட்டத்தில் இருந்து வந்த அறிக்கையில், பசுவதையைத் தடுக்க ஹிந்து முஸ்லிம்கள் இணைந்த குழு ஒன்று அமைக்கப் பட்டிருப்பதாகத் தெரிவிக்கப்பட்டிருக்கிறது.

மார்ச், 1890-ல் ஸ்வாமி ஆலா ராம் லாகூரில் ஒரு கூட்டத்தில் பேசினார். அதன் பின் அமிர்தசரஸில் பொற்கோவிலில் ஏராளமானோர் மத்தியில் பசு பாதுகாப்பு பற்றிப் பேசினார். பல இடங்களில் இதுபோல் அவர் உரையாற்றியிருக்கிறார். சுமார் 360 இடங்களில் கோசாலைகள் அமைக்க வழிவகுத்திருக்கிறார். 'அலஹாபாத்தில் இருக்கும் கோசாலையில் 1500 பசுக்கள் இருக்கின்றன. வெளியில் ஒரு லிட்டர் பால் இரண்டு அணாவுக்கு விற்கப்பட்டது. கோசாலையில் இருந்து ஓர் அணாவுக்கு விற்கப்பட்டது' என்று குறிப்பிட்டார்.

சில இடங்களில் கோசாலைகளுக்கு முஸ்லிம்களும் நன்கொடைகள் தந்திருக்கிறார்கள். 'குரானிலும் ஹதீஸ்களிலும் கருணையுடன் நடந்துகொள்ளவேண்டும் என்று சொல்லப்பட்டிருக்கிறது. எல்லா உயிர்களிடமும் கருணை அவசியம். பசுவிடம் கூடுதல் கருணை அவசியம்' என்று ஆலா ராம் இஸ்லாமியர்கள் மத்தியில் பேசினார்.

ஹிந்து மன்னர்கள் காலத்தில் இருந்த நடைமுறையையும் பிரிட்டிஷ் காலத்தில் பசுக்கள் புறக்கணிக்கப்படுவதையும் பற்றிப் பேசினார். ஹிந்து மன்னர்கள் ஆட்சியில் இருந்தபோது கோசாலைகளின் தேவையே எழுந்திருக்கவில்லை. இன்றைக்கு சுமார் 300க்கு மேற்பட்ட கோசாலைகள் அமைக்கப்பட்டிருக்கின்றன.

இறைச்சிக்கடைக்காரருக்குப் பசுவை விற்பதென்பது மிகப் பெரிய பாவம். தன் கையால் வெட்டிக் கொல்வதற்கு இணையான பாவம் என்று இந்துக்களிடம் பேசினார். அவர் பேசுவதைக் கேட்க வருபவர்களிடம் பசுக்களை இறைச்சிக்கூடங்களில் இருந்து மீட்கவும் கோசாலைகள் அமைத்துப் பாதுகாக்கவும் நன்கொடைகள் தந்து உதவும்படிக் கேட்டுக்கொள்வார்.

ஐஊலை மாதம் 1890-ல் தில்லியில் ஹிந்து முஸ்லிம்களிடையே நடந்த ஒரு மோதல் பற்றி கர்னால் செய்தித்தாளில் செய்தி வெளியிடப்பட்டிருந்தது. 'விவசாயத்துக்கும் பால், மோர், தயிர், நெய், வெண்ணெய் ஆகியவற்றுக்கும் பசு மிகவும் அவசியம். ஹிந்துக்களைப் போலவே முஸ்லிம்களும் பசுக்கள் கொலை செய்யப்பட்டால் பாதிக்கப்படுவார்கள். ஈத் பண்டிகைக்குப் பசுவைப் பலி கொடுக்கவேண்டும் என்று முஸ்லிம்களின் எந்த மத நூலும் சொல்லவில்லை' என்று அதில் குறிப்பிடப்பட்டிருந்தது.

நவம்பர் 1891-ல் ராஜஸ்தானில் இருந்த பதேபூரின் மன்னர் தனது தானேதார்களுக்கு ஓர் அரசாணை வெளியிட்டார். அதில் முஸ்லிம்களுக்கு அல்லது அதிகாரிகளுக்குத் தெரியாத புதிய ஹிந்துக்களுக்குப் பசுக்களை விற்பதைத் தடைசெய்து உத்தரவு வெளியிட்டிருந்தார். ராஜாவின் ஆட்சிக்கு உட்பட்ட பகுதியிலிருந்து பசுக்கள் வேறு பகுதிகளுக்கு அனுப்பப்படுவதைத் தடுக்கும் நோக்கில் இந்த ஆணை பிறப்பிக்கப்பட்டிருந்தது.

1891-ல் தொடக்கத்தில் ஹூதியானாவில் இருந்து 36வது சீக்கிய ராணுவப் பிரிவைச் சேர்ந்த சிலர், இறைச்சிக்கடைகளுக்குப் பசுக்கள் கொண்டுசெல்லப்படுவதைத் தடுத்தனர். ராணுவ வீரர்கள் பசு பாதுகாப்பில் ஈடுபட்டது தொடர்பாக, இந்தக் காலகட்டத்தில் பதிவாகியிருக்கும் ஒரே ஒரு செய்தி இதுவே.

ஜீலம் மாவட்டத்தில் பிண்ட் தான் கான் கிராமத்தில் 1891-92 வாக்கில் நடந்த சம்பவங்கள் ஹிந்து முஸ்லிம்களிடையே என்ன விதமான பதற்றங்கள் நிலவின; எப்படி அதை அவர்கள் சமாளித்தனர் என்பதைத் தெளிவாக எடுத்துக்காட்டுகின்றன.

7, ஏப்ரல் 1891-ல் பிண்ட் தான் கான் கிராமத்தைச் சேர்ந்த ஹிந்துகள், 'சோகா சைதான் ஷா விழா' என்ற ஒன்றில் மாட்டிறைச்சி வெட்டி விற்கும் அனுமதி ஒரு கசாப்புக்கடைக்காரருக்குத் தரப்பட்டதை எதிர்த்துப் போராடினர். முனிசிபல் கமிட்டி துணைத்தலைவர் மற்றும் உறுப்பினர்கள் பலரும் அந்தப் போராட்டத்துக்குத் தலைமை தாங்கியிருந்தனர். பஞ்சாப் பகுதியில் லெப்டினண்ட் கவர்னர் மற்றும் துணை கமிஷனர் ஆகியோருக்குப் பசு வதையைத் தடுக்க நடவடிக்கை எடுக்கும்படி தந்திகள் கொடுப்பதென்று கூட்டத்தில் பேசி முடிவெடுக்கப்பட்டது. அப்படித் தடை செய்யப்படாதவரை ஹிந்துக்கள் அந்த விழாவில் பங்கெடுக்கமாட்டார்கள்; அந்த வழிபாட்டு மையத்துக்குள் நுழையமாட்டார்கள் என்று முடிவெடுக்கப்பட்டது.

ஏப்ரல் மாத இறுதியில் பிண்ட் தான் கான் கிராமத்து மக்கள் அங்கிருந்த இஸ்லாமிய மருத்துவரிடமிருந்து சிகிச்சை பெற மறுத்துவிட்டனர். அங்கிருந்த இஸ்லாமிய இறைச்சிக்கடைக் காரரிடமிருந்து இறைச்சிவாங்கமாட்டோம் என்றும் முடிவெடுத்தனர். ஜூன் மாதத்தில் ஒரு இஸ்லாமியர் உற்பத்தி செய்த சோப் பொருட்களை வாங்க இந்துக்கள் மறுத்தனர். அதில் பசு மாமிசக் கொழுப்பைக் கலப்பதாகச் சொல்லி அந்தக் கடையில் பொருள் வாங்க மறுத்தனர். ஹிந்துக்கள் நடத்திய மிட்டாய் கடைகளுக்கு முஸ்லிம்கள் பால் விற்பனை செய்ய மறுத்தனர்.

டிசம்பர் மாதத்தில் முஸ்லிம் இறைச்சிக்காரன்கள் ஹிந்துக்களால் ஜட்கா முறையில் வெட்டப்படும் இறைச்சியை நிறுத்தும்படியும் முஸ்லிம்களிடமிருந்தே மீண்டும் இறைச்சியை வாங்கிக் கொள்ளும்படியும் கேட்டுக்கொண்டனர். இதனிடை யில் ஹிந்துக்கள் ஜட்கா முறையில் இறைச்சி வெட்டுவதைத் தடுக்கும்படி சில முஸ்லிம்கள் உள்ளூர் மாஜிஸ்திரேட்டிடம் மனு கொடுத்தனர்.

1892 மார்ச் மாதத்தில், அமிர்தரசஸில் ஒரு வழக்கறிஞர், பசுக்களைப் பாதுகாப்பதால் கிடைக்கும் நன்மைகள் பற்றி ஒரு செய்தித்தாளில் விவரித்திருந்தார். 'ஒரு நிலத்தை விவசாயம் செய்வதால் கிடைக்கும் லாபத்தைவிட அதைப் பசுக்களுக்கான மேய்ச்சல் நிலமாகப் பயன்படுத்தினால் கிடைக்கும் பால், கன்றுகள் இவற்றை விற்பதால் கூடுதல் பணம் கிடைக்கும்' என்று குறிப்பிட்டிருந்தார்.

1891 நவம்பர் வாக்கில், பசுப் பாதுகாப்பு இயக்கச் செயல்பாடுகள் பள்ளி மாணவர்கள் மத்தியிலும் பரவ ஆரம்பித்தது. 'மிஷன்

பள்ளியில் ஒரு மாணவர் பள்ளிக்கு மாட்டிறைச்சி கொண்டுவந்ததாக இந்து மாணவர்கள், தலைமை ஆசிரியரிடம் புகார் கொடுத்திருக் கிறார்கள். தலைமை ஆசிரியர் எந்த நடவடிக்கையும் எடுக்காமல் இருக்கவே இந்து மாணவர்கள் பள்ளிக்குச் செல்லாமல் எதிர்ப்பைக் காட்டியுள்ளனர்' என்று ராவல் பிண்டியில் இருந்து வெளியான செய்தித்தாள் குறிப்பிட்டிருந்தது.

'மாணவர்கள் பள்ளிக்கு வரவில்லையென்றால் அவர்கள் பள்ளியிலிருந்து நீக்கப்படுவார்கள் என்று தலைமை ஆசிரியர் சொன்னார்; ராவல் பிண்டியில் இருந்த ஹிந்துக்களிடையே இது பெரும் கொந்தளிப்பை ஏற்படுத்தியது' என்று அந்தச் செய்தி மேலும் குறிப்பிட்டிருக்கிறது.

பசுவதையில் நேரடியாகவோ மறைமுகமாகவோ ஈடுபடும் ஹிந்துக்களும் எதிர்க்கப்பட்டனர். ராவல்பிண்டியில் இருந்து வெளியான செய்தித்தாளில் நவம்பர் 1892-ல் வெளியான செய்தி: ஹிந்து பத்திரிகையில் மாட்டிறைச்சிக் கடைக்கான விளம்பரம் வெளியாவதென்பது தவறு. 'மனுஸ்மிருதியில் உயிர்க்கொலையில் ஈடுபடும் இறைச்சிக்காரன்கள் தொடர்பாகச் சொல்லப்பட்டிருக்கும் எட்டாவது வகை பாவத்துக்கு இணையானது. இந்த பத்திரிகை பிரமுகர்களும் பசுக்கொலையில் ஈடுபட்டதாகவே கருதப்பட வேண்டும் என்று குறிப்பிடப்பட்டிருந்தது. 1892 வாக்கில் பசு பாதுகாப்பு இயக்கமானது பெஷாவர் வரை பரவியது.

1893 மத்தியில் பசுப் பாதுகாப்பு இயக்கம் உச்சத்தை எட்டியது. தில்லியில் வெளியாகும் செய்தித்தாள் ஒன்று ஆகஸ்ட் மாதத்தில் வெளியிட்ட செய்தியில் ஹிந்து முஸ்லிம்களிடையே மோதல்கள் அடிக்கடி நடக்க ஆரம்பித்திருப்பதாகவும் கோரக்ஷிணி சபைகள் அதிகம் உருவாக்கப்பட்டுவருவதாகவும் வெளியிட்டிருந்தது. பிரிட்டிஷ் ஆட்சியில் அவர்களுக்குத் தரப்பட்ட மத உரிமைகளை இந்தப் போராட்டம் பறிக்க முயற்சி செய்வதாக முஸ்லிம்கள் நினைத்தனர். இதனால் முஸ்லிம்கள் மத்தியில் பசுக் கொலை அதிகரித்தது.

அமிர்தசரஸில் இருந்து வெளியான ஒரு பத்திரிகை, 'ஐரோப்பியர்கள் மாட்டிறைச்சி உண்பதால் அரசாங்கம் இஸ்லாமியர்களை இந்த விஷயத்தில் ஆதரிக்கிறது' என்று குறிப்பிட்டிருந்தது. 'பசுப் பாதுகாப்பு இயக்கமானது பசுப் பாதுகாப்பைப் பலப்படுத்துவதை விட்டுவிட்டு ஹிந்து முஸ்லிம்களிடையே பகைமையை அதிகரிப்பதிலேயே முடிந்திருக்கிறது' என்று லாகூரில் இருந்து

வெளியான ஒரு செய்தித்தாள் குறிப்பிட்டிருந்தது. 'ஐரோப்பியர்கள் மாட்டிறைச்சியைச் சாப்பிட்டுவரும்வரை பசுக் கொலையைத் தடுப்பதென்பது சாத்தியமே இல்லை'. அந்த செய்தித்தாளின் ஆசிரியர் மேலும் சொல்கையில், 'பசுக் கொலையானது தேசத்தின் வளர்ச்சிக்கு ஊறுவிளைவிப்பதாகிவருகிறது என்பதை முஸ்லிம் களுக்கு இந்துக்கள் நட்பார்ந்த முறையில் இதமாக எடுத்துச் சொல்லவேண்டும்' என்று கேட்டுக்கொண்டிருந்தார்.

தில்லியின் மாவட்ட காவல்துறை சூப்பரிண்டெண்ட் 21, நவம்பர் 1893-ல் தில்லியின் கமிஷனர் மற்றும் சூப்பரிண்டெண்டுக்கு எழுதிய கடிதத்துடன், சோனா பேட் பகுதியைச் சேர்ந்த கோரக்ஷிணி சபை வெளியிட்ட துண்டு பிரசுரத்தையும் இணைத்து அனுப்பியிருந்தார். நகரி எழுத்து வடிவில் எழுதப்பட்டிருந்த அந்த பிரசுரத்தின் தலைப்பு கோ புகார் புஷ்ராவலி (ஒரு பசுவின் வேண்டுகோள்). ஒரியாவைச் சேர்ந்த இஸ்லாமியக் கவிஞர் ஷாத்தி என்பவரால் எழுதப்பட்டது. 'பிறப்பால் நான் ஒரு முஸ்லிம் என்றாலும் பசுக்கள் பாதுகாக்கப்பட்டாகவேண்டும்' என்று இறைவனிடம் பிரார்த்தனை செய்தபடி அந்தப் பிரசுரத்தை ஆரம்பித்திருக்கிறார்.

•

2. காஷ்மீர்

காஷ்மீர் மாநிலமானது பசு வதைக்கு எதிராக மிகக் கடுமையான சட்டங்களைக் கொண்டிருந்தது. டிச 1882-ல் வெளியான ஓர் அறிக்கையில் கடந்த இரண்டு வருடங்களில் பசுவதையில் ஈடுபட்ட 800 முஸ்லிம்கள் சிறையில் அடைக்கப்பட்டதாகத் தெரிவிக்கப் பட்டிருக்கிறது.

சியோல்காட் ராணுவ முகாமைச் சேர்ந்த இரண்டு இறைச்சிக் காரன்கள், ஜம்முவுக்கு அருகில் இருக்கும் வனப்பகுதியில் இருக்கும் பசுக்களைப் பிடித்துக் கொல்வதை வழக்கமாக வைத்திருந்தனர். அவர்களுக்கு ஜம்மு உயர் நீதிமன்றமானது ஐந்தாண்டு கடுங்காவல் தண்டனை விதித்தது. ஐரோப்பியர்கள் கூட பசுவதையில் ஈடுபட்ட குற்றத்துக்காக சிறையில் அடைக்கப்பட்டிருக்கிறார்கள். பசுக் கொலையில் ஈடுபட்டதற்காக மரண தண்டனை கூடத் தரப்பட்டிருக்கிறது.

1886 ஜூலையில் ஜம்மு சமஸ்தான மஹாராஜா, பிரிட்டிஷ் இந்திய அரசின் வேண்டுகோளின் பேரில் பிரிட்டிஷ் ராணுவத்தைத் தன் எல்லைக்குள் நிற்க அனுமதித்திருந்தார். ஆனால், சில ஐரோப்பியர்கள் பசுக் கொலையில் ஈடுபட்டதனால் அந்த அனுமதியை ரத்துசெய்துவிட்டார்.

ஜம்முவில் பிரிட்டிஷ் படைகளை முகாமிட அனுமதித்ததனால் தான் பசுக் கொலை நடந்ததாக அக், 1886-ல் வெளியான ஓர் அறிக்கை தெரிவிக்கிறது. இரண்டு பிரிட்டிஷ் படைவீரர்கள், பிரிட்டிஷ் பிரதி நிதியின் எச்சரிக்கைகளையும் மீறி பசுவைச் சுட்டுக் கொன்றிருக் கிறார்கள். இதனால் அவர்களை மன்னர் தூக்கிலிட்டுவிட்டார். ஏற்கெனவே பிரிட்டிஷ் பிரதிநிதி வைஸ்ராய்க்கு இந்த பிரிட்டிஷ் படைவீரர்கள் செய்த குற்றச்செயலைப் பற்றித் தெரிவித்தும் இருந்திருக்கிறார்.

1888-ல் பசுவதையில் ஈடுபட்டதாகக் குற்றம்சாட்டப்பட்ட சிலருக்கு ஆயுள்தண்டனை விதிக்கப்பட்டது. இவர்களில் ஐரோப்பியரும் அடங்குவர். 'பசுக் கொலை செய்பவர்களுக்கு ஆயுள் தண்டனை தரவேண்டும் என்பதுதான் காஷ்மீர் சமஸ்தானத்தின் சட்டம் என்றால் பிரிட்டிஷ் அரசு அதில் தலையிட வேண்டியதில்லை' என்று பிரிட்டிஷ் வைஸ்ராய் ரிப்பன் தெரிவித்திருக்கிறார். ஆகஸ்ட் 1889-ல் மறைந்த மகாராஜா ரன்பீர் சிங்கின் நான்காவது சிராத்த நாளில் பசுவதைக்காக ஆயுள் தண்டனை பெற்றவர்கள் அனைவரையும் விடுதலை செய்ததாக ஓர் அறிக்கை தெரிவிக்கிறது.

●

3. வட மேற்கு எல்லைப் புற மாகாணம்
(யுனைட்டட் பிராவின்ஸ்)

19ம் நூற்றாண்டின் இறுதிவாக்கில், முனிசிபல் கவுன்சில்களுக்குத் தேர்ந்தெடுக்கப்பட்ட இந்துக்கள் பசுவதை தொடர்பாக இருந்த விதிமுறைகளை மாற்றியமைக்க முயற்சிகள் மேற்கொண்டனர். காங்கிரஸ் கட்சியின் உள்ளூர் கிளையான அலகாபாத் மக்கள் குழுவின் உறுப்பினர்களாகவும் இருந்த அலஹாபாத் முனிசிபல் கவுன்சில் உறுப்பினர்கள் சிலர், தமது எல்லைக்குள் பசுவதையைத் தடைசெய்து 1886-ல் ஒரு புதிய விதியை அமல்படுத்தினர்.

1887-ல் இந்த விதிமுறை சரியா என்பது தொடர்பான வழக்கு அலஹாபாத் உயர் நீதிமன்றத்துக்குச் சென்றது. இந்த வழக்கு தேசம் முழுவதிலும் இருந்தவர்களின் கவனத்தை ஈர்த்தது. பசுக்களுக்கு பாதுகாப்பு அளிக்கும்வகையில் கீழ்நிலை நீதிமன்றம் கொண்டு வரப்பட்ட விதிமுறையை உயர் நீதிமன்றம் ரத்து செய்தது. இதுபோன்ற தீர்ப்புகள் அலஹாபாத் மற்றும் உத்தரபிரதேசத்தில் இருந்த ஹிந்துக்கள் மத்தியில் அதிருப்தியை ஏற்படுத்தின.

முதல் வழக்கில் குற்றம்சாட்டப்பட்ட இரண்டு முஸ்லிம்கள் மீதான வழக்கை உயர்நீதிமன்றம் முதலில் ரத்து செய்தது. அவர்கள் இருவரும் தனியாருக்குச் சொந்தமான பகுதியில் பசுக்களைக் கொன்றிருந்தார்கள். அந்த வீட்டின் மதில் சுவர் உடைக்கப் பட்டிருந்தது. எனவே தெருவில் நின்று பார்ப்பவர்களுக்குத் தெரியும்விதமாக அது நடந்தது. அதை அப்படிப் பார்த்த இந்துக்கள் புகார் கொடுத்ததன் பேரில் அந்த இஸ்லாமியர்களுக்குக் கீழ் நீதிமன்றம் தண்டனை வழங்கியிருந்தது.

வேறொரு வழக்கில் ஈத்பண்டிகை நாளில் ஷாஜஹான்புரத்தில் தில்கர் கிராமத்தில் பொது இடத்தில் இரண்டு முஸ்லிம்கள் பசுவை வெட்டிக் கொன்றிருந்தனர். இந்த குற்றவியல் சட்டம் செக் 295ன் கீழ் அவர்கள் மீது வழக்குப்பதிவு செய்யப்பட்டிருந்தது.

செஷன்ஸ் நீதிபதிகள் இந்த வழக்கை உயர் நீதிமன்றத்துக்கு அனுப்பியிருந்தனர். 'எந்தவொரு பிரிவினரின் மத உணர்வைப் புண்படுத்தும் வகையில் எவரொருவருடைய மத வழிபாட்டு மையத்தை அல்லது புனிதமாகக் கருதப்படும் பொருளை உடைத்தாலோ சிதைத்தாலோ அவமதித்தாலோ அதைச் செய்பவருக்குச் சிறைத்தண்டனை வழங்கவேண்டும்' என்று செஷன் 295 குறிப்பிடுகிறது. செக்ஷன் 295 குறிப்பிடும் 'புனிதமான பொருள்' என்ற வகைக்குள் பசு வராது. அந்த செக்ஷன் உயிருள்ள விலங்குகளைக் குறிக்காது என்று என்.டபிள்யூ.பி நீதிமன்றமானது குறிப்பிட்டு, அந்த சிறைத்தண்டனையை ரத்து செய்தது.

அலஹாபாத் ஹிந்துக்கள் இதைக் கேட்டுக் கொந்தளித்தனர். தமது அதிருப்தியையும் எதிர்ப்பையும் தெரிவிக்கும் நோக்கில் ஒரு கூட்டத்துக்கு ஏற்பாடு செய்தனர். பசுவதை தொடர்பான சட்ட விதிமுறைகளை மேலும் விரிவாக்கித் தெளிவுபடுத்தவேண்டும் என்று அரசுக்கு விண்ணப்பம் கொடுக்கவேண்டும் என்று அந்தக் கூட்டத்தில் தீர்மானம் இயற்றப்பட்டது. தற்போது இருக்கும் சட்ட விதிகளைக் கொண்டு பசுவதையைத் தடுக்க முடியாது என்பது அலகாபாத் நீதிமன்றம் அளித்த தீர்ப்பிலிருந்து தெரியவந்திருந்தது.

இதைத் தொடர்ந்து அலகாபாத்தில் கோரக்ஷிணி சபை ஆரம்பிக்கப் பட்டது. உத்தரபிரதேசம், பிஹார் பகுதிகளில் பசு பாதுகாப்பு இயக்கப் பணிகளை இந்த அமைப்பே தீவிரமாக முன்னெடுத்தது. ஷாஜகான்பூர், லக்னோ, கான்பூர், காஜிபூர், டேராடூன், அலஹாபாத், பனாரஸ் எனப் பல இடங்களுக்கு இந்த இயக்கம் பரவியது. டேராடூன், ஜான்ஸி, அலிகர், பஸ்தி, பனாரஸ் பகுதிகளில் இருந்த ஆர்ய சமாஜக்கிளைகளும் பசுப் பாதுகாப்பு முயற்சிகளை அழுத்தமாக முன்னெடுத்தன.

கங்கை நதிக்கரையில் அமைந்திருக்கும் புகழ் பெற்ற நகரமான ஹரித்துவாரில் ஆண்டுதோறும் லட்சக்கணக்கில் பக்தர்கள் வந்து குவிவார்கள். கோரக்ஷிணி இயக்கத்தின் முக்கியமான மையமாக அது திகழ்ந்தது. ஹரித்துவாரில் இருந்த கோரக்ஷிணி சபை தனக்கென தனியாக பத்திரிகையை வெளியிட்டும் வந்தது.

உத்தரப்பிரதேசத்திலும் பிற பகுதிகளிலும் கோரக்ஷிணி சபைகள் உருவாக இந்த ஹரிதுவார் கிளையே முக்கிய பங்குவகித்தது. 1887-ல் ஆரம்பிக்கப்பட்ட பாரத் தர்ம மஹாமண்டல் என்ற அமைப்பும் பசு பாதுகாப்பில் முக்கிய பங்காற்றியது.

ஸ்ரீமான் ஸ்வாமி இதே காலகட்டத்தில்தான் அலகாபாத் கோரக்ஷிணி சபையின் சார்பில் செயல்பட ஆரம்பித்தார். 1888, 1889 வாக்கில் உத்தரபிரதேசம், பிஹார், வங்காளம், பம்பாய், மதரஸ் என தேசம் முழுவதும் பயணம் மேற்கொண்டு சொற்பொழிவுகள் ஆற்றினார். பசுப் பாதுகாப்புக்கு நிதி வசூல் செய்தார். பல இடங்களில் கோரக்ஷிணி சபையை ஆரம்பித்துவைத்தார். 'பசு பாதுகாப்பு தொடர்பாக புதிய சட்டம் இயற்றப்படவேண்டும். அலஹாபாத் உயர்நீதிமன்றம் வழங்கியிருக்கும் தீர்ப்பை சட்டசபை ரத்துசெய்ய வேண்டும்' என்று அவர் கேட்டுக்கொண்டார்.

தேசம் முழுவதிலுமிருந்தும் செல்வாக்குள்ள பலரை ஓரணியில் திரட்டவும் கணிசமான நிதி உதவியைப் பெறவும் அவரால் முடிந்திருந்தது. தர்பங்கா, ஹத்வா, பேதியா பகுதிகளின் மஹாராஜாக்கள் இவருடைய அமைப்புகளுக்கு நிதி உதவிகள் வழங்கியுள்ளனர். பனாரஸ் மஹாராஜா, தும்ரான் மஹாராஜா ஆகியோரும் இந்த இயக்கத்துக்கு ஆதரவு கொடுத்தனர்.

செப் 1888-ல் ஸ்ரீமான் ஸ்வாமி நாற்பதுக்கும் மேற்பட்ட இடங்களில் பேசினார். கல்கத்தா டவுண் ஹாலிலும் ஒரு சொற்பொழிவு நிகழ்த்தினார். 'தேசம் முழுவதும் பசு பாதுகாப்பில் அக்கறை கொண்டு எழுச்சிபெற்றிருக்கிறது. அரசாங்கம் இனியும் இந்த இயக்கத்தைப் புறந்தள்ளிவிடமுடியாது' என்று ஒரு செய்தித்தாள் செய்தி வெளியிட்டிருந்தது.

ஸ்ரீமான் ஸ்வாமி தென்னிந்தியாவைச் சேர்ந்தவர். பசுவதைக்கு எதிராகப் போராடியவர்களில் மிகவும் முக்கியமானவர். பிஹாரில் ஒரு அரசு அதிகாரி இவரை, 'பசு பாதுகாப்பு இயக்கத்தின் மூல நீரூற்று' என்று குறிப்பிட்டிருக்கிறார். ஸ்ரீமான் ஸ்வாமி பஞ்சாபில் 18911892 காலகட்டத்தில் அனைத்து இடங்களுக்கும் சென்று பிரசாரம் செய்தார். 1892-ல் அலகாபாத் காங்கிரஸ் மாநாட்டில் பங்கெடுத்தார். ஜூன் 1893-ல் கிழக்கு வங்காளப் பகுதியில் இஸ்லாமியர்கள், கிறிஸ்தவர்கள் மத்தியில் பசுப் பாதுகாப்புக்கு ஆதரவு கேட்டு பிரசாரங்கள் செய்தார்.

உத்தரபிரதேசத்தில் பல்வேறு காங்கிரஸ் பிரமுகர்கள் பசுப் பாதுகாப்பு இயக்கத்துடன் தொடர்பில் இருந்தனர். அலகாபாதில் பண்டிட் மதன் மோகன் மாளவியா இந்த இயக்கத்துக்கு மிகுந்த ஆதரவு அளித்தார். 1889-ல் பாரத் தர்ம மஹாமண்டல் அமைப்பின் சார்பிலும் பிரயாக் ஹிந்து சபையின் சார்பிலும் பசு பாதுகாப்பு பற்றி உரையாற்றினார்.

பண்டிட் மதன் மோகன் மாளவியாவின் நெருங்கிய நண்பரான லாலா ராம்சரண் தாஸ் அலகாபாத்தில் இருந்த செல்வந்தர். காங்கிரஸ் மாநாட்டு வரவேற்புக் குழுக்கள் மூன்றில் பங்குபெற்றவர். 1888 வாக்கில் ஸ்வாமி ஆலா ராமின் கோசாலைகளுக்குப் பிரதான நன்கொடையாளராக இருந்தார். வழக்கறிஞராகவும் இருந்த இன்னொரு காங்கிரஸ் பிரமுகர் கோரக்ஷிணி சபையின் உறுப்பினராக இருந்தார். 1889-ல் நாக்பூர் சபையில் நடைபெற்ற கூட்டத்தில் பங்கெடுக்கவும் செய்தார்.

ராஜா ராம் பால் சிங் வெளியிட்ட ஹிந்துஸ்தான் கலாகன்கர் இதழில் பசு பாதுகாப்பு தொடர்பான கட்டுரைகள் வெளியாகின. ராஜா பல பசு பாதுகாப்புக் கூட்டங்களுக்குத் தலைமை தாங்கியுமிருக்கிறார். 1893-ல் கலவரங்கள் நடைபெற்றதைத் தொடர்ந்து, லக்னோவைச் சேர்ந்த காங்கிரஸ் தலைவர்கள் கங்கா பிரசாத் வர்மா, பண்டிட் பிஷன் நாராயண் தர் ஆகிய இருவரும் அஸம்கர் பகுதிக்குச் சென்று கலவரத்துக்கான காரணங்களை ஆராய்ந்தனர். 'பிரிட்டிஷ் அரசின் நெருக்குதலின் காரணமாக முஸ்லிம்கள் வழக்கத்துக்கு அதிகமாகப் பசுக்களைக் கொல்ல நேர்ந்தது' என்று அவர்கள் தமது ஆய்வறிக்கையில் குறிப்பிட்டிருக்கிறார்கள்.

'இங்கிலாந்துக்கு ஒரு விண்ணப்பம்' என்ற தலைப்பில் நாராயண் தர் அஸம்கர் கலவரங்கள் பற்றி ஒரு அறிக்கை வெளியிட்டார். வட மேற்கு பிராந்தியத்தின் லெப் கவர்னர் சார்லஸ் க்ராஸ்வைட் இதற்குக் கடும் கண்டனம் தெரிவித்தார். 8.5.1894-ல் அவர் வைஸ்ராய்க்கு அனுப்பிய கடிதத்தில், 'இங்கிலாந்துக்கு ஒரு விண்ணப்பம் என்ற அறிக்கையை வெளியிட்டிருக்கும் நாராயண் தர் மீது நடவடிக்கை எடுக்கும்படி பிரிட்டிஷ் இந்திய அரசைக் கேட்டுக்கொள்கிறேன். இந்தப் பிராந்தியத்தைப் பொறுத்தவரையில் அஸம்கர் பகுதியில் இருக்கும் இந்துக்களைக் கொந்தளிக்கச் செய்யும் இவரை அரசு விசாரிக்கவேண்டும்' என்று எழுதினார்.

மார்ச் 1888-ல் லக்னோவைச் சேர்ந்த ஒரு இஸ்லாமிய வழக்கறிஞர் பசுவதை தொடர்பாக ஒரு துண்டுப் பிரசுரம் வெளியிட்டார். பசுவதையை முஸ்லிம்கள் கைவிடவேண்டும். இந்துக்களுடனான தமது பிரச்னையை முடிவுக்குக் கொண்டுவரவேண்டும் என்று ஆலோசனை தெரிவித்திருந்தார்.

முஸ்லிம்களுடன் சேர்ந்துகொண்டு ஹிந்துக்கள், பசுவைப் பாதுகாக்க என்னென்ன நடவடிக்கைகள் எடுக்கவேண்டும்; பசுவதைக்குத் தடைவிதிக்கும்படி அரசை எப்படி

வற்புறுத்தவேண்டும் என்பதைப் பற்றியெல்லாம் அந்தத் துண்டுப்பிரசுரத்தில் குறிப்பிட்டிருந்தார். இரு மதத்தினரும் ஒற்றுமையாகச் செயல்படுவது இரு மதத்தினருக்கும் நன்மை தரும் என்றும் குறிப்பிட்டிருந்தார்.

1888 பக்ரித் பண்டிகையின்போது, உத்தரபிரதேசத்தின் காஸிபூரைச் சேர்ந்த இந்துக்கள் மத்தியில் ஆர்ய சமாஜத்தைச் சேர்ந்த கோபால நந்த ஸ்வாமி உரையாற்றினார். அந்தச் சொற்பொழிவு நடந்து முடிந்ததும் அனைவரும் கூட்டமாகச் சென்று முஸ்லிம்கள் பசுவதை செய்வதைத் தடுக்க முயன்றார்கள்.

1889-ல் பசு பாதுகாப்பு இயக்கமானது எளிய தொழிலில் ஈடுபடும் மக்கள், விவசாயிகள் என அனைத்து தரப்பினர் மத்தியிலும் செல்வாக்கு பெறத் தொடங்கியதை வட மேற்கு பிராந்திய கவர்னர் தெரிந்துகொண்டார். அந்த பிராந்தியத்தின் தலைமைச் செயலர் இந்த இயக்கமானது ஆழமாகவும் விரிவாகவும் பரவிவருகிறது என்று குறிப்பிட்டிருக்கிறார். இதனால்தான் அலகாபாத் படைமுகாம் அலுவலர் ராணுவப் படைகளின் போக்குவரத்துக்கு இந்தப் பகுதியிலிருந்து எந்தவொரு கால்நடையையும் வாங்க முடியாமல் போனது.

1890-ல் அலிகர் பகுதியைச் சேர்ந்த ஹிந்துக்கள் பசுவைக் கொன்ற காரணத்தினால் முஸ்லிம்களின் கடைகளைப் புறக்கணித்தனர். அலிகரில் இருந்து யுனைட்டட் பிராந்தியம், பஞ்சாப் பகுதிகளில் இருக்கும் இந்துக்களுக்கு முஸ்லிம்களைப் புறக்கணிக்கும்படிக் கடிதங்கள் அனுப்பப்பட்டன. முஸ்லிம்களுக்கு கால்நடைகளை விற்கக்கூடாது என்று ஹிந்துக்களிடையே துண்டு பிரசுரங்கள் விநியோகிக்கப்பட்டன. இந்த பிரசுரம் கிடைப்பவர்கள் அதை மேலும் நான்கு பேருக்கு அனுப்பவேண்டும் என்ற கோரிக்கையும் இதனுடன் இணைக்கப்பட்டிருந்தது. இந்த துண்டுப் பிரசுரத்தைப் படித்துவிட்டு நான்கு பேருக்கு அனுப்பாவிட்டால் பசுக் கொலைக்குத் துணை நின்ற பாவம் அவர்களுக்கு வந்து சேரும் என்ற எச்சரிக்கையும் விடப்பட்டிருந்தது.

ஆங்கிலேய அதிகாரிகள் இந்துக்களின் மனதைப் புண்படுத்தும்படி இஸ்லாமியர்களைத் தூண்டியதாகவும் இரு மதத்தினருக்கு இடையே அதிருப்தியைப் பெருகச் செய்ததாகவும் சில கல்கத்தா பத்திரிகைகள் குற்றம்சாட்டியிருந்தன. இல்லையென்றால் 'இரு மதத்தினரும் ஒன்றுபட்டு மிகப் பெரிய அரசியல் சக்தியாகிவிடுவார்கள்'

என்பதால் பிரிட்டிஷ் அதிகாரிகள் அப்படிச் செய்ததாக அதில் குறிப்பிடப்பட்டிருந்தது.

1893 ஜனவரியில் அஸம்கர் பகுதியில் ஒரு கலவரம் நடைபெற்றது. ஒரு முஸ்லிம், பசுக்களை ராணுவத்துடன் ஒப்பந்தத்தில் இருக்கும் வியாபாரிகளுக்கு விற்பதற்காக பொதுச் சாலை வழியே ஓட்டிச் சென்றபோது சில இந்துக்கள் அவரைவழி மறித்து அந்தப் பசுக்களை அவரிடமிருந்து ஓட்டிச் சென்றனர். இவர்களைக் கைது செய்த காவலர்களிடமிருந்து அவர்கள் மீட்கப்பட்டனர். காவலர்கள் அடித்து விரட்டப்பட்டனர்.

மார்ச் 1893-ல் யுனைட்டட் பிராந்தியத்தின் அஸம் கர், பாலியா பகுதிகள் பசுப் பாதுகாப்பு போராட்டங்களின் பிரதான மையங்களாகின. பாலியாவில் ஒரு ஹிந்து துணி வியாபாரி மொஹரம் விழாவில் பங்கெடுத்ததால் ஹிந்துக்களால் ஒதுக்கிவைக்கப்பட்டார். கோரக்பூரில் ஒரு மாட்டுச் சந்தையிலிருந்து இஸ்லாமிய இறைச்சிக்கடைக்காரர்களிடமிருந்து 300 பசுக்களை ஹிந்துக்கள் மீட்டுச் சென்றனர்.

மே, 1893 வாக்கில் வட மேற்கு பிராந்தியத்தில் அஸம்கர், பாலியா, கோரக்பூர் பகுதிகளில் போராட்டம் தீவிரமாக நடைபெற்றது. அஸம்கர் மாவட்டத்தின் தென் மற்றும் கிழக்கு பகுதிகள் முழுவதிலும் காசிபூர், பலியா மாவட்டங்களிலும் பசு பாதுகாப்பு நடவடிக்கைகள் முழுவீச்சில் நடைபெற்றன. அஸம்கர் மாவட்டத்தில் கோரக்ஷிணி சபைகள் பல அமைக்கப்பட்டன. அஸம்கர் மற்றும் ஜஹானகஞ்ச் பகுதிகளில் ஆயிரக்கணக்கான இந்துக்கள் பங்கு பெற்ற கூட்டங்கள் நடைபெற்றன. பாலியா பகுதியில் இருந்து கோரக்ஷிணி சபைத் தலைவர்கள் வந்து உரையாற்றினர். இரண்டாம் கட்டத்தில் முஸ்லிம்கள் பசுவைப் பலியிடுவதை நிறுத்தவேண்டும் என்று கோரிக்கைகள் வைக்கப்பட்டன. 'பசுக் கொலையை எப்படியாவது தடுத்து நிறுத்தியே ஆகவேண்டும்' என்ற நோக்கத்துடன் இந்தக் கூட்டங்கள் நடைபெற்றன.

ஐஉம் மாதத்தில் பக்ரீத் நேரத்தில் அஸம்கர் பகுதியில் கலவரம் வெடித்தது. அஸம்கர் பகுதியின் மாஜிஸ்திரேட் அனைத்து தானேதார்களும் தமது பகுதியில், ஈத் நேரத்தில் கலவரம் ஏற்பட வாய்ப்புள்ள கிராமங்கள் பற்றிய தகவலை அனுப்பும்படிக் கேட்டுக்கொண்டார். இதைத் தொடர்ந்து பசுவைப்

பலிகொடுக்கவிருக்கும் இஸ்லாமியர்கள் ஜூன் பதினைந்தாம் தேதிக்குள் தங்கள் விருப்பத்தை அரசுக்குத் தெரியப்படுத்தவேண்டும் என்றும் கேட்டுக்கொண்டார். பிரச்னைக்குரிய கிராமங்களுக்கு மட்டுமே இந்த விதிமுறைகள் என்றும் சொல்லப்பட்டது. 'பசு பலியை நீடித்து நிலவும் வழிமுறையாக மரபாக' கடந்த காலத்திலிருந்து செய்துவரும் முஸ்லிம்களுக்கு மட்டுமே அனுமதி உண்டு என்றும் சொல்லப்பட்டிருந்தது.

இந்த உத்தரவு அனைத்து கிராமங்களுக்கும் அனுப்பப்பட்டது. எனினும் இந்த உத்தரவில் புதிதாக பலி கொடுப்பவர்கள் தொடர்பான எச்சரிக்கை இடம்பெற்றிருக்கவில்லை. பெயர் பதிவு செய்த பெருவாரியான முஸ்லிம்கள் 'பலி கொடுக்க எந்தவித மரபான உரிமையும்' பெற்றிருக்கவில்லை என்று ஹிந்துக்கள் எதிர்ப்புத் தெரிவித்தனர்.

'பெயர் பதிவு செய்துகொள்வதென்பது எந்தவித அரசாங்க அனுமதியையத் தரக்கூடியது அல்ல' என்று அரசுத் தரப்பில் சொன்னார்கள். எனினும் பெயர் பதிவு செய்தவர்கள் எல்லாம் இதற்கு முன் பலி கொடுத்தவர்களா என்பதைப் பரிசோதித்திருக்க வில்லை.

இதைத் தொடர்ந்து பாலியா, காஸிபூர், கோரக்பூர் மாவட்டங்களைச் சேர்ந்த இந்துக்கள் பெரும் எண்ணிக்கையில் பல இடங்களில் ஒன்று கூடி பசுக் கொலையைத் தடுக்க முற்பட்டனர். அஸம்கர் மாவட்டத்தில் மட்டும் சட்டவிரோதமான கூடுகை மற்றும் கலவரத்தில் ஈடுபடுதல் என்ற பிரிவின் கீழ் 35 வழக்குகள் பதியப்பட்டன. மாவ் நெசவாளர் மையத்தில் மிக மோசமான கலவரம் நடந்தது. இங்கு அக்கம் பக்கத்துக் கிராமங்கள் மாவட்டங்களிலிருந்து ஏராளமான இந்துக்கள் ஒன்று கூடினர். உள்ளூர் முஸ்லிம்கள் குறிப்பாக ஜூலா அன்சாரி பிரிவினர் இந்துக்களை எதிர்த்தனர். போராட்டக்காரர்களின் எண்ணிக்கை காவல்துறையினரைவிட அதிகமாக இருந்ததால் நிலைமையைக் கட்டுக்குள் கொண்டுவரமுடியாமல் போனது. கொல்லப்படவிருந்த பசுக்கள் சிலவற்றை இந்துக்கள் ஓட்டிச் சென்றுவிட்டனர். அதோடு இனிமேல் பசுவைக் கொல்லமாட்டோம் என்று முக்கிய இஸ்லாமியப் பிரமுகர்கள் ஓர் ஒப்பந்தத்தில் கையெழுத்திட்டுக் கொடுக்கவும் செய்தனர்.

மாவ் பகுதியில் ஈத் அன்று நடைபெற்ற மோதலில் 12 பேர் இறந்ததாக அரசுத் தரப்பு தெரிவித்திருக்கிறது. ஆனால், இரு தரப்பினுமாகச்

சேர்ந்து 250 பேர் இறந்திருப்பார்கள் என்று ஒருவர் குறிப்பிட்டிருக்கிறார். அஸம்கர், பாலியா, காஸிபூர் மாவட்டங்களில் பெரிய அளவில் காவலர்கள் குவிக்கப்பட்டனர். அந்தப் படையினருடைய பராமரிப்புக்கு அந்தப் பகுதி மக்களிடமிருந்தே வரி வசூலிக்கப்பட்டது.

உள்ளூர் விதிமுறைகள், நிர்வாக சட்ட திட்டங்கள் இவற்றை அரசு முறையாக அமல்படுத்தவில்லை என்ற எண்ணம் இந்துக்களுக்கு வந்த பின்னரே அவர்கள் ஈத் விழா தொடர்பான நடைமுறைகளில் குறுக்கீடு செய்திருக்கிறார்கள். இஸ்லாமியர்கள் பசுவைக் கொல்வது தங்கள் மதம் சார்ந்த உரிமை என்று அதிக அளவில் சொல்ல ஆரம்பித்திருப்பதற்கு பிரிட்டிஷ் அரசு அதிகாரிகளின் மனோபாவமே காரணம் என்று அவர்கள் கருதியிருக்கிறார்கள். ஹிந்துக்களுக்கும் அரசாங்கத்துக்கும் இடையில் சில முக்கியமான கருத்து வேறுபாடுகள் இருந்திருக்கின்றன.

1. எத்தனை பசுக்கள் 'வழக்கமாக' பலிகொடுக்கப்பட்டன? அஸம்கர் பகுதியில் 426 பேர் பலியிட சம்மதம் தெரிவித்துப் பெயர் பதிவு செய்திருந்தனர். அது வழக்கமான எண்ணிக்கையைவிட மிக மிக அதிகம் என்று ஹிந்துக்கள் எடுத்துச் சொன்னார்கள்.

2. அஸம்கர் பகுதியில் பசு பலி.

அஸம்கர் நகராட்சி விதிகளின்படி தனியார் வீடுகளில் பலி கொடுக்கக்கூடாது. இதை ஹிந்துக்கள் எடுத்துச் சொன்னார்கள். ஈத் கொண்டாட்டத்துக்கு இந்த விதி பொருந்தாது என்று பிரிட்டிஷ் அரசு தரப்பில் மாஜிஸ்திரேட் சொன்னார்.

அஸம்கர் பகுதியில் நடந்த கலவரம் பற்றிச் செய்தி வெளியிட்ட ஒரு பத்திரிகை, 'ஹிந்துகள் அதிகமாக வசிக்கும் பகுதிகளில் ஈத் கொண்டாட்டத்தின்போது முஸ்லிம்கள் ஆடுகளை மட்டுமே பலிகொடுக்கவேண்டும். இதை மீறி நடந்துகொண்டாலோ பலியிடப்படும் விலங்குகளை ஊர்வலமாக இழுத்துச் சென்றாலோ கடுமையான தண்டனை தரப்படவேண்டும்' என்று டிவிஷனல் கமிஷனர் அஸம்கர் மாஜிதிரேட்டுக்கு ஒரு உத்தரவு பிறப்பித்திருந்தார்' என்ற செய்தியை வெளியிட்டிருந்தது. மாஜிஸ்திரேட் இந்த உத்தரவைப் பின்பற்றவில்லை.

மாவ் கிராமத்தில் நடந்த கலவரமானது ஹிந்து முஸ்லிம் உறவானது பிரிட்டிஷர் மூலமாக எப்படியெல்லாம் சிதைய ஆரம்பித்தது என்பதற்கான நல்ல எடுத்துக்காட்டு.

கோரக்ஷிணி சபையின் பசு பாதுகாப்பு நடவடிக்கைகள் காஸிபூர் பகுதியில் இப்படியான விளைவை ஏற்படுத்தின. இஸ்லாமியத் தனி நபர்கள் பசுக் கொலையில் ஈடுபடுவதைத் தடுக்க இந்துக்கள் பெருமளவில் ஒன்று கூடினர். ஜூலை 1893-ல் மெளபரா கிராமத்தில் நந்தகஞ்ச் காவல் நிலையத்துக்கு அருகில் திருமண விருந்துக்கு ஒரு இஸ்லாமியர் பசுவைக் கொல்ல முயன்றபோது இந்துக்கள் ஒன்றுகூடித் தடுக்க முயன்றனர். ஆயுதப்படை வந்து சேர்ந்ததும் இந்துக்கள் கலைந்து சென்றனர். எனினும் மறு நாளும் அவர்கள் ஒன்று கூடித் தமது எதிர்ப்பைத் தெரிவித்து திருமண விருந்துக்குப் பசுவைக் கொல்வதைத் தடுத்துவிட்டனர்.

1894-ல் பிரிட்டிஷ் அரசானது, கலவரங்கள் மூளும் என்ற எதிர்பார்ப்பில் நடவடிக்கைகள் எடுத்துவந்தது. ஃபாஸியாபாத்தில் இருந்து கோரக்பூர், அஸம்கர், மாவ் பகுதிகளுக்கும் அலகாபாத்தில் இருந்து பாலியாவுக்கும் பனார்ஸில் இருந்து காஸிபூருக்கும் படைகளை நகர்த்திக் கொண்டுவந்தது.

அஸம்கர் கலவரம் பற்றி தேசம் முழுவதுமான செய்தித்தாள்கள் செய்தி வெளியிட்டு அது பற்றிய தம் கருத்துகளையும் வெளியிட்டன. 'பிரிட்டிஷ் ஆட்சியாளர்களின் பிரித்தாளும் சூழ்ச்சியின் விளைவாகவே இந்தக் கலவரங்கள் நடந்துள்ளன; மாஜிஸ்திரேட்கள் ஐரோப்பியர்களாகவும் மாட்டிறைச்சி உண்பவர்களாகவும் இருந்தால் அவர்கள் இஸ்லாமியர் பசுவைக் கொல்வதை ஊக்குவிக்கவே செய்தனர்' என்று சில பத்திரிகைகள் குறிப்பிட்டன.

இந்த மனோபாவமே கலவரத்துக்கும் வன்முறைக்கும் காரணம். 'கலவரத்துக்குப் பின் அஸம்கர் பகுதியில் ஆயுதப்படையைக் கொண்டுவந்து நிறுத்தி அதற்கான பராமரிப்புக்கான தொகையை இந்துக்களிடமிருந்தே வசூலித்ததென்பது ஒளரங்கஜீப் விதித்த ஜிஸியா வரி போன்றது' என்றும் விமர்சிக்கப்பட்டது. கலவரத்தைத் தொடர்ந்து ஏராளமான இந்துக்கள் கைதுசெய்யப்பட்டனர். பலர் சிறைக்கு அனுப்பப்பட்டனர். வட மேற்கு பிராந்தியத்தில் இதனால் ஒருவிதப் பதற்றம் தொடர்ந்து நீடித்தது.

பம்பாயிலிருந்து வெளியான ஒரு பத்திரிகையில், 'ஹிந்து முஸ்லிம் கலவரமானது ஹிந்து சமஸ்தானங்களில் நடக்கவில்லை. ஹைதராபாத் போன்ற முஸ்லிம் மன்னர்கள் இருக்கும் சமஸ்தானங்களிலும் நடக்கவில்லை. இவையெல்லாம் பிரிட்டிஷாரின் ஆளுகைக்குள் இருந்த பகுதிகளில் மட்டுமே நடந்துவருகின்றன' என்று குறிப்பிட்டது.

மத்ய பிரதேசத்திலிருந்து வெளியான ஒரு செய்தித்தாள், 'கலவரம் தொடர்பான பொய்யான தகவல்களை வெளியிட்ட ஆங்கிலப் பத்திரிகைகளினால்தான் நிலைமை மேலும் மோசமானது' என்று குறிப்பிட்டிருந்தது.

மாவ் பகுதியில் பிரிட்டிஷ் அதிகாரவர்க்கத்தின் குழறுபடிகள்

அஸம்கர் 1893.

அஸம்கர் மாவட்டத்தில் நெசவுத் தொழிலுக்காகப் பெயர் பெற்ற பகுதி மாவ். அக்பர் காலத்திலிருந்தே குறிப்பிட்ட வகையான உயர் தரதுணிகளை உற்பத்திசெய்யும் புகழ் பெற்ற பகுதி. 19ம் நூற்றாண்டு வாக்கில் இஸ்லாமிய நெசவாளர்கள், நூல் உற்பத்தியாளர்கள், துணி வியாபாரிகள், வணிகர்கள் என பல்வேறு ஜாதிகளைச் சேர்ந்த இந்துக்கள் அந்தப் பகுதியில் வசித்துவந்தனர். மாவ், பருத்தித் துணி உற்பத்தி மற்றும் விற்பனைக்கு மிக முக்கியமான மையமாக வளர்ந்திருந்தது.

பிரிட்டிஷாரின் வருகைக்கு முன்பாகவும் ஹிந்து முஸ்லிம் களிடையே பசுவதை தொடர்பாக மோதல்கள் நடந்திருக்கக்கூடும். பிரிட்டிஷார் அந்தப் பகுதியின் ஆட்சிப் பொறுப்பை ஏற்றுக் கொண்டபோது அதற்கு முன்பாகவே பசுவதை தொடர்பான தடுப்புச் சட்டம் அமலில் இருந்தது. ஆனால், புதிதாக ஆட்சிப் பொறுப்பேற்ற பிரிட்டிஷார் புதிதாக ஒரு குழப்பத்தை உருவாக்கினர். ஐந்தாண்டுகளுக்குள் அதாவது 1806-ல் மாவ் பகுதியில் ஹிந்து முஸ்லிம்களிடையே மிகப் பெரிய மோதல் வெடித்தது. இதனால் 1808 வாக்கில், நிஜாமத் அதாலத் ஒரு தீர்ப்பு வழங்கியது அதன்படி 'இந்துக்கள் இப்படியான பலியிடலுக்கு எதிர்ப்பு தெரிவித்தால் முந்தைய நவாப் வசீரின் உத்தரவின்படி முஸ்லிம்கள் பசு, கன்றுகள், காளைகள் என எதையும் பலியிடக் கூடாது என்று சட்டம் இயற்றப்பட்டுள்ளது' என்று குறிப்பிட்டது.

இதன் அடிப்படையில் கவர்னர் ஜெனரல் ஒரு உத்தரவு பிறப்பித்தார்: 'மாவ் பகுதியில் பசு பலியிடலுக்கான தடை விதிக்கப்படுகிறது' என்று அதில் தெரிவித்தார். ஹிந்துக்கள், பசு பலிக்கு மட்டுமல்லாமல் அனைத்துவிதமான பசு கொலைக்கும் இந்த தடை பொருந்தும் என்று கருதினர். 19ம் நூற்றாண்டின் ஆரம்பகட்டத்தில் உள்ளூர் அதிகாரிகள் அனைவரும் ஹிந்துக்கள் புரிந்து கொண்டவிதத்திலேயே அந்த உத்தரவை அமல்படுத்தினர். ஆனால்

அதற்குப் பின்னர், 'பலியிடலுக்கு மட்டுமே தடை' என்று முஸ்லிம்கள் சொன்ன விளக்கத்தை ஏற்றுக்கொண்டு பிற வகை பசுக் கொலைகளுக்கு அனுமதி கொடுத்தனர்.

1860களில் நிலைமை மேலும் மோசமானது. சில முஸ்லிம்கள் பசுவைப் பலிகொடுக்க அனுமதி கேட்டு விண்ணப்பித்தனர். முஸ்லிம்கள் பசுக்களை, மூடிய இடங்களுக்குள் வெட்டிக் கொள்ளலாம் என்று அஸம்கர் மாஜிஸ்திரேட் அனுமதி கொடுத்தார். இதைக் கண்ட இந்துக்கள் கோபமடைந்தனர். 1808-ல் நிஜாமத் அதாலத் கொடுத்த உத்தரவை எடுத்துக்காட்டி மாஜிஸ்திரேட்டிடம் பசுவதைக்குத் தடை விதிக்கச் சொல்லிக் கோரினர்.

1863-ல் மாஜிஸ்திரேட் தனது உத்தரவைப் பின்வாங்கிக் கொண்டார். தனது தீர்ப்பில் அவர், 'மேலோட்டமாகப் பார்க்கும்போது நவாப் வாஸிர் கொடுத்த உத்தரவானது பசுவதையை அனைத்து வடிவங் களிலும் தடைசெய்வதாகத் தோற்றமளிக்கவில்லை. ஆனால், அன்றிலிருந்து பசு, கன்று, காளை ஆகியவற்றைக் கொல்வது இந்த பகுதியில் முற்றாக நடைமுறையில் தடைசெய்யப்பட்டே இருந்திருக்கிறது. எனவே இந்தத் திருத்தப்பட்ட உத்தரவு பிறப்பிக்கப்படுகிறது. எந்தவொரு முஸ்லிமும் பசு, கன்று, காளை என எதையும் மாவ் பகுதியில் கொல்ல முயற்சி செய்யவோ கொல்லவோ கூடாது'.

முஸ்லிம்கள் இதற்கு எதிராக வழக்கு பதிவு செய்தனர். ஆனால், மாஜிஸ்திரேட்டும் மாவட்ட நீதிபதியும் அந்த வழக்கைத் தள்ளுபடி செய்துவிட்டனர். 1864 வாக்கில், பசுக் கொலையில் ஈடுபட்டதாகச் சொல்லிக் குற்றம்சாட்டப்பட்ட ஜூலாஹா முஸ்லிம்களை, 'பசுவானது உணவுக்காக வீட்டுக்குள் கொல்லப்பட்டது' என்று சொல்லி விடுவித்தது. 'ஹிந்துக்களின் மத உணர்வுகளைப் புண்படுத்தும் நோக்கம் அதில் இல்லை' என்ற காரணம் அதில் சொல்லப்பட்டிருந்தது.

இதைத் தொடர்ந்து பசுவதை தொடர்பாக முஸ்லிம்களைத் தாக்கியதாகச் சொல்லி ஹிந்துக்கள் மீது பல வழக்குகள் பதியப்பட்டன. இந்த வழக்குகள் அனைத்திலும் 'முஸ்லிம்கள் உணவுக்காகப் பசுவைக் கொல்வது தவறல்ல' என்று சொல்லி இந்துக்கள் மீது மாஜிஸ்திரேட்கள் தண்டனை விதித்தனர். எனினும் இந்துக்கள் பசுவதை தடை செய்யப்பட்டிருப்பதைச் சொல்லிக் காட்டி மேல் முறையீடு செய்தபோது நீதிபதி, இந்துக்களை விடுதலை செய்தார்.

ஒரே ஒரு வழக்கில் மட்டும் இந்துவுக்கு விதிக்கப்பட்ட கடும் சிறைத் தண்டனையை நீதிபதி ஏற்றுக்கொண்டு தீர்ப்பளித்தார். சம்பந்தப்பட்ட வழக்கில் ஒரு முஸ்லிமிடமிருந்து ஓர் இந்து பசுவை பலவந்தமாக இழுத்துச் சென்றிருக்கிறார். 'அந்தப் பசு பலியிடப் படவில்லை; அதோடு பலியிடுதலுக்காக வைக்கப்பட்டிருந்த தாகவும் தெரியவில்லை' என்று சொல்லி சிறைத் தண்டனையை உறுதிப்படுத்தினார். இந்த வழக்கு தொடர்பாக பெரும் பதற்றம் நிலவியது. மாஜிஸ்திரேட் அந்தப் பகுதியில் ஆயுதப்படையை நிறுத்த உத்தரவிட்டு அவர்களுடைய பராமரிப்புச் செலவை ஹிந்துக்களிடம் இருந்து வசூலிக்கவும் உத்தரவிட்டார்.

1865-ல் மாஜிஸ்திரேட் ஒரு இறைச்சிக்கூடம் கட்ட அனுமதி கொடுத்தார். அங்கு பசுக்கள் 'ஹிந்துக்களின் மனதைப் புண் படுத்தாமல்', உணவுக்காகக் கொல்லப்படும் என்று சொன்னார். பசுவைப் பலியிடுவதற்கான தடை அமலில் தொடர்ந்து இருந்துவந்தது. இதனால் உள்ளூர் ஹிந்துக்களுக்கு அதிருப்தி உண்டானது. இந்தத் தீர்மானத்தை ஏற்க மறுத்து இந்துக்கள் வடமேற்கு பிராந்தியத்தின் லெப் கவர்னர், இந்திய வைஸ்ராய், செகரட்டரி ஆஃப் ஸ்டேட் ஆகியோரிடம் மனு கொடுத்தனர்.

தானியங்களின் விலை அதிகரித்த நேரத்திலும் வேறு நெருக்கடிகளினாலும் 1865-ல் பசு இறைச்சிக்கூடம் அமைக்கப் பட்டது. அனுமதிக்கப்பட்ட ஒரு வருடத்தைத் தாண்டியும் அந்த இறைச்சிக்கூடம் செயல்பட இந்துக்கள் அனுமதித்தனர். ஏனென்றால் அங்கு எருமைகள், பிற விலங்குகள் மட்டுமே கொல்லப்பட்டன. பசுக்களோ கன்றுகளோ காளைகளோ உணவுக் காகவும் கொல்லப்படவில்லை.

1885-ல் அஸம்கர் மேஜிஸ்திரேட் மாவ் பகுதியைச் சேர்ந்த மூன்று முஸ்லிம்களை பசுக்கொலைக்காக விசாரணை மேற்கொண்ட போது, '1808-ல் கொண்டுவரப்பட்ட உத்தரவானது பசுவைப் பலியிடுவதை மட்டுமே தடை செய்கிறது; உணவுக்காகத் தனியாகக் கொல்லப்படுவதைத் தடை செய்யவில்லை' என்று தனது கருத்தை முன்வைத்தார்.

இதற்கு பதில் சொன்ன இந்துக்கள் 1808 அரசு ஆணையானது ஆண்டுக்கு ஒருமுறை பலியிடுவதை மட்டும் தடுத்துவிட்டு ஆண்டு முழுவதும் கொன்று கொல்லலாம் என்று சொல்லவில்லை என்று வாதிட்டனர். மாவ் பகுதியில் ஹிந்துக்கள் அதிகமா முஸ்லிம்கள் அதிகமா என்பது ஒரு விஷயமே இல்லை. முகமதிய மன்னர்கள்

கொண்டுவந்த தடை உத்தரவு இந்து முஸ்லிம் சமூகங்கள் 19ம் நூற்றாண்டின் பெரும்பகுதிவரை சுமுகமாக வாழ வழி வகுத்திருக்கிறது என்று ஹிந்துகள் சொன்னார்கள். அதோடு இந்தப் பிரச்னைக்கு 'நீதியும் நியாயமும் சார்ந்து எடுக்கும் தீர்மானமே' இந்தப் பகுதியில் அமைதி நிலவ வழிவகுக்கும் என்றும் சொன்னார்கள்.

1886-ல் ஹிந்துக்கள், மாவ் பகுதியில் எந்தவொருவகையிலும் பசுக்கொலை கூடாது என்று அரசுக்கு மீண்டும் விண்ணப்பித்தனர். 1865-ல் பலியிடலுக்கும் உணவுக்காகக் கொல்வதற்கும் இடையிலான வித்தியாசம் தொடர்பாகச் சொல்லப்பட்ட விளக்கத்தை மாவட்ட கமிஷனர் ஆதரித்துப் பேசினார். பயன்பாட்டில் இல்லாமல் மூடப்பட்டிருந்த இறைச்சிக்கூடத்தை வேறு இடத்துக்கு மாற்றிக்கொள்ளும்படி பிரிட்டிஷ் அரசு முஸ்லிம்களுக்கு அனுமதி கொடுத்தது. ஹிந்துக்களை இது அதிர்ச்சியில் ஆழ்த்தியது. 1893-ல் நடந்த கலவரமானது பிரிட்டிஷார் ஆட்சிக்கு வந்ததைத் தொடர்ந்து ஏற்பட்ட மோதலின் இறுதி விளைவாகவே நடந்தது.

●

4. மத்திய இந்தியா – மத்தியபிரதேசம், மஹாராஷ்டிரா

1888 இறுதிவாக்கில், பசுப்பாதுகாப்பு இயக்கம் மத்திய இந்தியாவுக்கும் பரவியது. மத்ய பிரதேசம், மஹாராஷ்டிரா பகுதிகளில் காங்கிரஸ் ஆதரவாளர்களாகவும் இருந்த மராட்டிய பிராமண வழக்கறிஞர்கள், பசுப் பாதுகாப்பு இயக்கத்தின் முக்கியமான ஆதரவாளர்களாக இருந்தனர். மத்திய இந்தியாவில் *1887*-ல் ஆரம்பிக்கப்பட்ட கோரக்ஷண சபைகள் துடிப்புடன் செயல்பட ஆரம்பித்தன. *1887*-ல் ஆண்டுதோறும் *16,000* பசுக்கள் கொல்லப்பட்டன. *1892*வாக்கில் இந்த எண்ணிக்கையானது ஐந்நூறாகக் குறைக்கப்பட்டது. நாக்பூரில் இருந்த கோரக்ஷண சபைகளின் தீவிரமான செயல்பாடுகளே இதற்குக் காரணமாக இருந்தன. இந்த சபைக்கென்று தனியான பத்திரிகையும் அச்சகமும் இருந்தன.

நாக்பூர் சபையின் இரண்டாவது ஆண்டுவிழாவானது *1889*-ல் கொண்டாடப்பட்டது. அலகாபாத் கோரக்ஷண சபாவைச் சேர்ந்த ஸ்ரீமான் ஸ்வாமி சிறப்பு அழைப்பாளராக இருந்தார். நாக்பூர் ரயில் நிலையத்திலிருந்து விழா மேடைவரை மலர் தூவி வரவேற்கப்பட்டார். இறைச்சிக்கடைகளிலிருந்து மீட்கப்பட்ட *452* பசுக்கள் முன் வரிசையில் செல்ல ஊர்வலம் நடைபெற்றது. இந்த ஊர்வலத்தில் யானைகள், ஒட்டகங்கள், குதிரைகள் அணிவகுத்தன. *20,000* மக்கள் பங்குபெற்றனர். *4000* பேர் கலந்துகொண்ட கூட்டத்தில் ஸ்ரீமான் ஸ்வாமி இரண்டு மணிநேரத்துக்கு மேல் சொற்பொழி வாற்றினார்.

பம்பாயில், *1887* வாக்கில் பசுக்கள் மற்றும் எருமைகளின் பாதுகாப்புக்கான அமைப்பு ஒன்று ஆரம்பிக்கப்பட்டது. செப் *1887* வாக்கில், கொண்டல் பகுதியைச் சேர்ந்த தாகூர், பசுவதையைத் தடுக்கும்படிக் கேட்டு ஒரு மனு கொடுத்தார். ஆனால், பம்பாய் அரசு முந்தைய உத்தரவுகளை மாற்றியமைக்க மறுத்துவிட்டது.

லண்டனில் இருந்த இந்திய செக்ரட்டரி ஆஃப் ஸ்டேட்க்கு 21, செப்டம்பரில் அனுப்பப்பட்ட கடிதத்தில் வைஸ்ராய் டஃபெரின் ஒரு குறிப்பு எழுதியிருந்தார். அதில், 'கொண்டல் பகுதி பற்றியும் அங்கிருக்கும் பசுக்கள் பற்றியும் எங்களுக்கு எதுவும் தெரியாது. ஆனால் பல பகுதிகளில் பசுவதைக்கான தடை நடைமுறையில் இருக்கிறது. ராஜ்புதனத்தைச் சேர்ந்த முகமதியர்கள் கூட பசுக்களைக் கொல்வதில்லை. மவுண்ட் அபுவைச் சேர்ந்த நமது பிரிட்டிஷ் ராணுவ வீரர்கள் ஹிந்துக்களின் விருப்பத்துக்கேற்ப பசு மாமிசம் உண்ணாமல்தான் இருக்கவேண்டும். கொண்டல் பகுதியில் பசுவதைத் தடுப்புச் சட்டம் கொண்டுவரப்பட்டால் நாம் அதில் நிச்சயம் தலையிடமுடியாது என்றே நினைக்கிறேன்' என்று குறிப்பிட்டிருந்தார்.

1888ன் பின்பகுதியில் பம்பாயில் இருந்த பசுப் பாதுகாப்பு அமைப்பானது பூனாவில் ஒரு கிளையை ஆரம்பித்தது. டிசம்பர் 1888-ல் பம்பாய் சபை, பம்பாய்க்கு வைஸ்ராய் லேண்ஸ்டவுன் வந்தபோது அவர் முன்பாக ஒரு ஊர்வலம் நடத்தினர். இந்தியாவின் செல்வம் பசு... பசுக்கள் இந்தியர்களின் குடும்பத்தின் உறுப்பினர்... பசு இல்லையேல் இந்தியருக்கு சந்தோஷம் இல்லை... இந்தியர்களின் வளர்ப்புத் தாய் பசு... இறைவன் பசுவைக் காக்கட்டும் என்பது போன்ற வாசகங்கள் எழுதிய பதாகைகளைக் கையில் பிடித்திருந்தனர்.

பம்பாயில் இருந்த கோரக்ஷண மண்டலிக்குப் பலர் ஆதரவு அளித்தனர். 1893-ல் பார்ஸி செல்வந்தரும் வணிகருமான தின்ஷா பெதித் இந்த மண்டலியின் தலைவராக இருந்தார். பல்வேறு பார்ஸிகளும் செல்வந்தர்களளான க்வாஜா முஸ்லிம்களும் இந்த மண்டலிக்கு ஆதரவு தெரிவித்தனர். 35 உள்ளூர் சமாதான காவல் நீதிபதிகள் உட்பட இந்த மண்டலியின் நிர்வாகக் குழுவில் பல்வேறு முக்கியமான பிரமுகர்கள் இடம்பெற்றிருந்தனர். காங்கிரஸ் கட்சியின் நிறுவனர்களில் ஒருவரான கே.டி.தலங் பசு பாதுகாப்பு இயக்கத்துக்கு ஆதரவு கொடுத்தார்.

1888 முடிவு வாக்கில் மத்திய பிரதேசத்தில் பசு பாதுகாப்பு இயக்கம் சூடுபிடித்தது. பேரார் பகுதிக்கும் பரவியது. ஜூலை 1889 வாக்கில் ஸ்ரீமான் ஸ்வாமி பம்பாய் பிரஸிடென்ஸியில் பசுப் பாதுகாப்புக்கு மக்கள் மத்தியில் ஆதரவும் நிதி உதவியும் தேடி சுற்றுப்பயணம் மேற்கொண்டார். பம்பாயில் கே.டி.தலங் நிர்வாக சபையில் பசு பாதுகாப்பு தொடர்பாக ஒரு தீர்மானம் கொண்டுவந்தார். பம்பாய் செரிஃப் இதை வழிமொழிந்தார்.

1890 ஆரம்பகட்டத்தில், கோத்தா பகுதியில் 'சப்பாத்திகள்' விநியோகம் செய்யப்பட்டன. அப்போது பசுக்களை எவரொரு வருக்கும் விற்கக்கூடாது என்று கோரிக்கை விடுக்கப்பட்டது. 1892 மார்ச் மாதம் மத்திய பிரதேச கோண்ட்கள் மத்தியில் சந்தால் பர்கானாக்களில் கிராமம் கிராமமாக 'கிண்டி கலயங்கள்' விநியோகிக்கப்பட்டன. இதுவும் பசு பாதுகாப்புடன் தொடர்புடையதாக இருக்கக்கூடும்.

இதேநேரத்தில் கியாரா பஞ்ச் (பதினோரு சபைகள் - தலைவர்கள்) என்ற பெயரில் இந்தோரில் ஒரு சபை அமைக்கப்பட்டதாக அரசுக் குறிப்புகள் தெரிவிக்கின்றன. இதில் அகர்வால், ஆஸ்வால், மஹேஸ்வரி, சரோகி வம்சங்களைச் சேர்ந்த வணிகர்கள் (பனியாக்கள்) இடம்பெற்றிருந்தனர். இந்த சபைத் தலைவர்கள் இந்தோரின் முக்கியமான வணிகர்களாகவும் கடனுதவி வழங்குபவர்களாகவும் இருந்தனர். உரிமையாளர் இல்லாத, முதுமையடைந்த, நோய்வாய்ப்பட்ட பசுக்களுக்கான கோசாலைகளை அமைத்துப் பராமரித்தனர். மாட்டுச் சந்தைகளில் இருந்து பசுக்களை இறைச்சிக்கடைக்காரர்கள் கையில் சென்று விடாமல் தடுக்கும் நோக்கில் விலைகொடுத்து வாங்கவும் செய்தனர். மத்திய இந்தியாவின் கவர்னல் ஜெனரலின் பிரதிநிதியாக இருந்த ஹான்வே, 1890-ல் நடைபெற்ற ஒரு கலவரம் பற்றிக் குறிப்பிட்டிருக்கிறார். அதில் இந்தோரைச் சேர்ந்த வணிகர்கள் உறுப்பினர்களாக இருக்கும் இந்த சபையின் வலிமை பற்றியும் குறிப்பிட்டிருக்கிறார்:

'பசு பாதுகாப்பு இயக்கத்தின் அபாயங்கள் இதிலிருந்து தெரியவருகின்றன. இந்த இயக்கம் இந்தியாவின் பல்வேறு பகுதிகளில் வலுப்பெறத் தொடங்கியிருக்கிறது. தமது மத உணர்வுகள் புண்படுத்தப்படும்போது இந்த வணிகர்கள் எப்படி எளிதில் கூட்டமாகச் சேர்ந்து மக்களைக் கொந்தளிக்கச் செய்ய முடிகிறது என்பதை இந்த கலவரம் எடுத்துக்காட்டுகிறது. வலிமையான ஹிந்து சமஸ்தானத்தின் அமைச்சரைச் சுற்றி வளைத்தும், இந்தோர் மன்னரையும் அவருடைய அரச சபையையும் விமர்சிக்கப்படும்படியான சமரசத்தை மேற்கொள்ளும்படியும் இந்த கூட்டத்தினரால் செய்ய முடிகிறது'.

மத்திய பிராந்தியத்தில் நடைபெற்ற பசுப் பாதுகாப்பு இயக்கத்தில் 44 அமைப்புகள் பங்குபெற்றதாக ஓர் அறிக்கை தெரிவிக்கிறது. மராட்டிய பிராமண வழக்கறிஞர்கள் குழுவே இதில் தீவிரமாகச் செயல்பட்டது. சில மார்வாரிகளும் இந்தக் குழுவில் இருந்தனர்.

ஆர்ய சமாஜ உறுப்பினர்கள் உட்பட பல அமைப்புகளின் உறுப்பினர்கள், மத்திய பிராந்தியத்தின் பல்வேறு பகுதிகளில் சென்று பிரசாரம் செய்தனர். பந்தேல்கண்ட் பகுதியிலும் தீவிரமாக இயங்கினர்.

ஆகஸ்ட் 1890 வாக்கில் பம்பாய் பிரஸிடென்ஸியைச் சேர்ந்த பேல்காமில் இருந்த ஹிந்துக்கள் முஹரம் விழாக்காலத்தில் முஸ்லிம்களைப் புறக்கணித்தனர். பொதுவாக இந்த விழாக்களில் இந்துக்கள் பங்குபெறுவது வழக்கம். செப் 1890 வாக்கில் உள்ளூர் கோரக்ஷிணி சபைகள் பேல்காவ், ஜபல்பூர், மாவ் பகுதியைச் சேர்ந்த ராணுவ ஒப்பந்தக்காரர்கள் பசுக்களைக் கொலை செய்யக் கொண்டுசெல்வதைத் தடுத்தனர். இந்தக் காலகட்டத்தில் இந்த இயக்கமானது ரேவா பகுதிக்கும் பரவியிருந்தது. ரேவா பகுதி முக்தார் ஒருவரைத் தலைவராகக் கொண்டு 36 ரேவா தாகூர்களை உறுப்பினராகக் கொண்ட அமைப்பு உருவாக்கப்பட்டது. ரேவா மஹாராணி, சோஹாவால் மன்னர் உட்பட வேறு பல தலைவர்கள் கையெழுத்திட்ட விண்ணப்பம் ஒன்று சத்னா பகுதியில் இருக்கும் பசுவதைக்கூடங்களை மூடச் சொல்லி பிரிட்டிஷ் அரசிடம் கொடுக்கப்பட்டது.

1890 வாக்கில் பசுப் பாதுகாப்பு இயக்கம் மராட்டிய தேசத்தில் வலுப்பெற ஆரம்பித்தது. ஆர்ய சமாஜத்தினர் பம்பாய் மற்றும் மதராஸ் பிரஸிடென்ஸிக்குப் பயணம் மேற்கொண்டு தொடர் பிரசாரங்களில் ஈடுபட்டனர். ஜூன் மாதம் மத்திய பிராந்திய அரசு வெளியிட்ட ஓர் அறிக்கையில், 'நாடு முழுவதும் கோரக்ஷண சபைகள் அமைக்கப்பட்டுவருவதால் இறைச்சிக்குக்காரர்களுக்குப் பசுக்கள் கிடைப்பது குறைந்துவிட்டது. பிரிட்டிஷாருக்கும் பிரிட்டிஷ் படையினருக்கும் மாட்டிறைச்சி கிடைப்பது இதனால் வெகுவாகக் குறைந்துவிட்டது' என்று குறிப்பிட்டிருக்கிறது.

ஆக 1891-ல் மத்திய பிராந்திய பகுதியில் இருக்கும் காம்ப்தியில் பிரிட்டிஷ் படைவீரர்களுக்கு மாட்டிறைச்சி கிடைக்காமல் போனது. இறைச்சிக்கடைகளுக்கு பசுக்கள் கிடைக்காமல் தடுப்பதில் கோரக்ஷண சபைகள் பெரு வெற்றி பெற்றுவிட்டன.

1891 முழுவதும் மத்திய பிரதேசத்தில் பசுப் பாதுகாப்பு இயக்கம் துடிப்புடன் செயல்பட்டது. பனாரஸ், அஜ்மீர் பகுதிகளில் இருந்த ஆர்ய சமாஜமும் இந்த இயக்கத்தில் தீவிரமாகக் களம் இறங்கியது. 1891 வாக்கில், தேசம் முழுவதிலும் பசுவதைத் தடுப்பு நடவடிக்கைகளுக்கு காங்கிரஸின் ஆதரவையும் மக்கள்

நாடத்தொடங்கினர். பேரார் பகுதியில் காங்கிரஸ் கிளையின் செயல்பாடுகளில் பசுப் பாதுகாப்புக்கும் முக்கிய இடம் தரப்பட்டது. நாக்பூரில் 1891 டிசம்பரில் நடைபெற்ற காங்கிரஸ் மாநாட்டுக்குப் பின்னர் கோரக்ஷண சபை சார்பில் காங்கிரஸ் பந்தலிலேயே இன்னொரு கூட்டம் நடத்தப்பட்டது. காங்கிரஸ் தலைவர்கள் உட்பட 1000 பேர் அந்தக் கூட்டத்தில் பங்கெடுத்தனர். முக்கிய காங்கிரஸ் தலைவர்கள் பசு பாதுகாப்பு தொடர்பாக உரையாற்றினர். கோசாலைகள் அமைக்க நிதி உதவியும் பெறப்பட்டன.

1893 வாக்கில் மத்திய இந்தியாவில், கிராமப்புறங்களுக்கும் பசு பாதுகாப்பு இயக்கம் பரவியது. ஏராளமான விவசாயிகள் இந்த இயக்கத்தில் பங்கெடுத்தனர். மத்திய பிரதேசத்தில் இருந்து குத்தகை விவசாயிகளாக இருந்த ஏராளமானோர் கையெழுத்திட்ட மனுக்கள் பிரிட்டிஷாருக்கு 1893 வாக்கில் அனுப்பப்பட்டன.

ஏப்ரல் மாதத்தில் பம்பாய் சபை பிரிட்டிஷ் இந்திய அரசுக்கு ஒரு மனு கொடுத்தது. அதில், 'மேய்ச்சல் நிலங்களை அதிகரிக்க வேண்டும். மனம் போன போக்கில், பெருமளவில் நடக்கும் பசுக் கொலைகளைத் தடுத்துநிறுத்தவேண்டும்' என்ற கோரிக்கைகள் வைக்கப்பட்டிருந்தன.

1893 வாக்கில், பம்பாய் சபையின் பிரதிநிதி ஒருவர் பரோடா சமஸ்தான அமைச்சர் ஒருவரைப் பசுவதையைத் தடுத்து நிறுத்த சம்மதிக்க வைத்திருந்தார். அந்தப் பகுதியில் வயல்களில் வளர்க்கும் பயிர்களைத் தின்றுவிடும் பாதி வளர்ப்பு விலங்குகளாக இருந்த குறிப்பிட்ட வகைக் கால்நடைகளைக் கொல்ல அனுமதி தரப்பட்டிருந்தது. அதை ரத்து செய்து அந்த உயிர்களைக் காக்கும் செயலில் பம்பாய் சபை பிரதிநிதி வெற்றி பெற்றார். பம்பாய் பிரஸிடென்ஸியில் பல பிரிட்டிஷ் அதிகாரிகள் இறைச்சிக் கூடங்களுக்கு மாடுகள் வாங்குவதை இந்துக்கள் தடுப்பது குறித்து புகார்கள் அனுப்பியிருந்தனர்.

●

5. பிஹாரில் பசு பாதுகாப்பு இயக்கம்

கோரக்ஷிணி சபா

பிற பகுதிகளைப் போலவே பிஹாரிலும் பசு பாதுகாப்பு இயக்கமானது கோரக்ஷிணி சபையின் மூலமே முன்னெடுக்கப் பட்டது. இவற்றில் சில கிளைகள் மிகத் தெளிவாகத் திட்டமிடப்பட்டு கவனமாக உருவாக்கப்பட்டிருந்தன. பிஹாரில் ஒவ்வொரு மாவட்டத்திலும் வேறு இடங்களிலிருந்து வந்து பிரசாரம் செய்தனர். அதிகமும் பனாரஸிலிருந்து பலர் வந்து சொற்பொழி வாற்றினர். அலகாபாத், கோரக்பூர், பாலியா, ஹரித்துவார் பகுதிகளிலிருந்தும் வந்தனர். ஊர் ஊராகச் செல்லும் துறவிகள் இந்தப் பிரசாரத்தில் ஈடுபட்டனர். சில நேரங்களில் 100 அல்லது அதற்கு மேற்பட்ட துறவிகள் ஒன்றாக வந்து பிரசாரம் செய்தனர். பசுக்கொலையைத் தடுக்கச் சொல்லியும் கோசாலைகளுக்கான நிதி உதவிகளைக் கேட்டும் இந்த கூட்டங்கள் நடைபெற்றன.

ஸ்ரீமான் ஸ்வாமி, ஆலா ராம் ஸ்வாமி, கோரக்பூரின் ஹன்சாஸ் பாபா, பாலியாவின் ஜக் தேவ பஹதுர் போன்றவர்கள் பிஹாரின் மூலை முடுக்குகளுக்கெல்லாம் சென்று பசு பாதுகாப்பு பற்றிய விழிப்புணர்வை ஏற்படுத்தினர். பேத்தியா பகுதியில் நாகர்கள், பொவாரிகள் என்ற துறவியர் குழு பசு பாதுகாப்பு இயக்கத்தில் முக்கிய பங்காற்றினர். சரண் பகுதியில் பொரிவா பாபாவும் அவருடைய சீடர்களும் முக்கிய பங்காற்றினர்.

பிஹாரில் பசு பாதுகாப்பு தொடர்பாக மிக முக்கியமான வருடமாக 1888 இருந்தது. ஸ்ரீமான் ஸ்வாமிகள், ஆலா ராம் ஸ்வாமி, பண்டிகை ஜகன நாராயணன் ஆகியோர் பிஹாரிலேயே தங்கி இருந்து பல மாவட்டங்கள், கிராமங்களுக்குச் சென்று பிரசாரம் செய்தனர். இது இந்த இயக்கத்துக்கு நல்ல வலுவை ஊட்டியது.

சோனாபூர் மற்றும் பிற பகுதியில் நடக்கும் சந்தைகள், பொருட்காட்சி மைதானங்களில் பசு பாதுகாப்பு இயக்கத்தினர்

பெருந்திரளான மக்களைக் கூட்டிப் பிரசாரம் செய்தனர். அதிக அளவிலான மக்கள் வந்துபோகும் இடம் என்பதால் இப்படியான இடங்களில் நடத்தும் கூட்டங்களினால் நல்ல பலன் கிடைத்தது. அதைத் தொடர்ந்து மாவட்டத் தலைமையகங்களில் பல கோரக்ஷிணி சபைகள் அமைக்கப்பட்டன. இதுபோன்ற சந்தைகள், விழாக்களில் மாடுகள் விற்கப்பட்டாலோ இறைச்சிக்கடைக்காரர்கள் வாங்கினாலோ அதைத் தடுக்கும்படி மக்களிடம் கோரிக்கை வைப்பது எளிதாக இருந்தது.

சரண் மாவட்டத்தில் ஆண்டுதோறும் நடக்கும் சோனாபூர் சந்தைவிழாவில், இரண்டு லட்சம் பேர் கலந்துகொள்வார்கள். மாடுகள் விற்கவும் வாங்கவும் மிக முக்கியமான சந்தையாக அது இருந்தது. நவம்பர் 1889-ல் சோனாபூர் விழாவில் கோரக்ஷிணி சபை நடத்திய பிரசாரத்தினால் தினாபூர் மாவட்ட படை முகாம் பிரிவினால் பிரிட்டிஷ் படைவீரர்களுக்கான உணவுக்கான மாடுகளை வாங்க முடியாமல் போனது.

கோரக்ஷிணி சபையின் செயற் குழுவில் இருந்தவர்கள் பற்றிப் பார்ப்போம். இவர்கள் சபாசத்கள், முஹாரிகள், தாசில்தார்கள், பியாத்கள் எனப் பல பெயர்களில் அழைக்கப்பட்டனர். பிஹார் சமூகத்தின் அனைத்து தரப்பினரும் பசு பாதுகாப்பு இயக்கத்தில் ஈடுபட்டிருந்தனர். ராஜாக்கள், ஜமீந்தார்கள், நகராட்சித் தலைவர், முனி சிபல் ஆணையர், செல்வந்த வணிகர்கள், மார்வாரி வணிகர்கள், பள்ளி ஆசிரியர்கள், அரசு வழக்கறிஞர்கள் எனப் பலதரப்பட்டவர்களும் இந்த இயக்கத்தில் இருந்தனர்.

பிரிட்டிஷ் அரசுப் பணியில் இருந்த இந்தியர்கள் பலரும் இந்த இயக்கத்தில் ஈடுபட்டனர். கயாவில் துணை கலெக்டர் மற்றும் முன்சிஃப் ஆகியோர் பசுப் பாதுகாப்புச் சபையின் அடுத்தடுத்த துணைத் தலைவர்களாக இருந்திருக்கின்றனர். சார்பா பகுதியில் கலெக்டரேட் சாரிஸ்தார் வெளி ஊர்களிலிருந்து பசு பாதுகாப்பு இயக்கத்தின் சார்பில் அழுத்தத்தம் செய்யவந்தவர்களை வரவேற்று தேவையான வசதிகள் செய்துகொடுத்தார். மதுபானி சபையில் ஐம்பது சதவிகிதத்துக்கு மேலான நன்கொடையானது அரசுப் பணியாளர்களினால் தரப்பட்டிருந்தது. அரசு வழக்கறிஞர்கள், தபால்துறை, கல்வித்துறை பணியாளர்கள் எல்லாம் இந்த இயக்கத்தில் பெருமளவில் பங்கெடுத்தனர்.

தொடக்கத்தில் இந்த சபைகளுக்குத் தனி நபர்களிடமிருந்தே சிறிதும் பெரிதுமாக நன்கொடைகள் கிடைத்துவந்தன. சபை வலுப்பெற

ஆரம்பித்து அதன் செயல்பாடுகள் தீவிரமடையத் தொடங்கியதும் ஒவ்வொரு ஹிந்துவும் ஹிந்துக் குடும்பமும் பல்வேறு வழிகளில் பங்களிக்கும்படிக் கேட்டுக்கொள்ளப்பட்டனர். உதவி செய்ய மறுத்தால் பசுக் கொலையை ஆதரித்ததுபோல் அல்லது பசு மாமிசத்தை உண்டதுபோன்ற பாவம் என்று சொல்லப்பட்டது. ஜமீந்தார்கள் பெரும் தொகையைச் சபாக்களுக்கு நேரடியாகக் கொடுத்தனர். சொற்பொழிவாளர்கள், பிரசாரகர்கள் மக்களிடம் நன்கொடை வசூலித்தனர்.

முஸ்லிம்கள் இந்த இயக்கத்துக்குப் பல நேரங்களில் வெளிப்படையான ஆதரவு தந்திருக்கிறார்கள். பசுப் பாதுகாப்பு தொடர்பாக ஊர் ஊராகச் சென்று பிரசாரம் செய்ய ஆட்கள் தேவை என்று தர்பங்கா சபை விளம்பரம் கொடுத்தபோது அஸ்கர் பகுதியைச் சேர்ந்த முஸ்லிம் ஒருவர் அதற்கு விண்ணப்பித்தார். ஸ்வாமி ஆலா ராமின் சொற்பொழிவுக் கூட்டங்களுக்கு இஸ்லாமியர்கள் கணிசமான அளவில் வந்தனர். பல மௌல்விகள் கூட அவற்றில் பங்கெடுத்தனர். இஸ்லாமியர்களின் மொகரம் பண்டிகையின்போது பொதுவாக பிஹாரில் இந்து முஸ்லிம் ஒற்றுமை உணர்வு வெளிப்படும். இரு தரப்பு நபர்களும் இந்த விழாவில் பங்கெடுப்பார்கள். ஹிந்துக்கள் விழா ஏற்பாடுகள் பலவற்றில் உதவி செய்வார்கள். மொகரம் ஊர்வலத்திலும் அவர்கள் பங்குபெறுவார்கள். பசுக் கொலை தொடர்பான பிரச்சினை அதிகரிக்கவே ஹிந்துக்கள் மொகரம் விழாவில் பங்கெடுப்பதைப் புறக்கணித்தனர்.

இந்தக் காலகட்டத்தில் இந்து முஸ்லிம்களிடையே பதற்றம் நிலவி வந்திருக்கிறது. ஆட்டிறைச்சியைவிட மாட்டிறைச்சி விலை குறைவு என்பதால் ஏழை இஸ்லாமியர்கள் மாட்டிறைச்சி உண்பது வழக்கம். பசுப் பாதுகாப்பு இயக்கத்தின் செயல்பாடுகளினால் இந்த ஏழை முஸ்லிம்களுக்கு நெருக்கடி ஏற்பட்டது. அரசுத் தரப்பு, முஸ்லிம்களுக்குச் சாதகமாக நடந்துகொள்வதாக இந்துக்களுக்கு வருத்தம் இருந்தது. பிஹாரில் இருந்த அனைத்து சப்டிவிஷனல் அதிகாரிகளும் முஸ்லிம்களாகவே நியமிக்கப்பட்டிருப்பதை இந்துக்கள் சுட்டிக்காட்டினர்.

தர்பங்கா

ஜனவரி 1885-ல் பிஹாரில் முதன் முதலாக கோரக்ஷிணி சபை அமைக்க தர்பங்காவில் முயற்சி எடுக்கப்பட்டது. முனி சிபல் ஆணையர்களாக இருந்த இரு சகோதரர்கள் பசுப் பாதுகாப்பு

தொடர்பாக ஒரு சுற்றறிக்கையை அனுப்பினர். ஆனால் 1888 வரை முறையான அமைப்பாக எதுவும் அமைக்கப்பட்டிருக்கவில்லை. 1888-ல் தான் பண்டிட் ஜகத் நாராயண் முதல் கோரக்ஷிணி சபையை முறையாக ஆரம்பித்தார். இந்த சபையின் பிரதான புரவலராக தர்பங்காவின் மஹாராஜா இருந்தார். பசுப் பாதுகாப்பு இயக்கத்தின் அடுத்த கட்டமாக தர்பங்காவில் தாஜ்பூர், மதுபனி, ரோசேரா, தால்சிங்கூிரியிலும் முஸாஃபர்பூரில் லால்கன்ஜ், ஹஜ்பூர், சீதாமரி ஆகிய பகுதிகளிலும் பல கிளைகள் ஆரம்பிக்கப்பட்டன.

மதுபனி பகுதியில் இருந்த சபையின் கிளையாக சீதாமரியில் ஒரு சபை ஆரம்பிக்கப்பட்டது. பர்தாப் கன்ஜ் பகுதியில் இன்னொரு சபை ஆரம்பிக்கவும் இதுவே காரணமாகத் திகழ்ந்தது. அனைத்து சபைகள் சார்பிலும் கோசாலைகள் ஆரம்பிக்கப்பட்டன.

தர்பங்கா சபா இரண்டு கோசாலைகளை நடத்தியது. அவற்றில் 200-300 பசுக்கள் பராமரிக்கப்பட்டன. மதுபனி சபை உள்ளிட்ட பல சபைகளின் சார்பில் துண்டு பிரசுரங்கள், நோட்டிஸ்கள், பிரசாரக் கூட்டங்கள் நடத்தப்பட்டன. தர்பங்கா டவுனில் ஒவ்வொரு மொஹல்லாவிலும் ராமாயணம், பாகவதம் தொடர்பான உபன்யாசங்கள் செய்யும் பௌராணிகர்கள் இருந்தனர். இந்த ஆன்மிகச் சொற்பொழிவுகளின் மூலமும் பசுப் பாதுகாப்பு உணர்வானது மக்கள் மத்தியில் ஒருங்கிணைக்கப்பட்டன.

தர்பங்கா சபையின் தலைவராக இருந்த தர்பங்கா மஹாராஜாவை நாக்பூர் சபை பிரதிநிதிகள் வந்து சந்தித்தனர். பிஹார், உத்தர பிரதேசம், மத்திய பிரதேசம் ஆகிய பகுதிகளில் இருக்கும் அனைத்து சபைகளின் தலைமைப் பொறுப்பை ஏற்றுக்கொள்ளும்படி அவரிடம் வேண்டுகோள் விடுக்கப்பட்டது. மஹாராஜா அனைத்து சபைகளுக்கும் தாராளமாக நன்கொடை வழங்கினார். அவருடைய தனி மாளிகையில் பசு பாதுகாப்பு இயக்கக் கூட்டங்கள் அடிக்கடி நடைபெற்றன. பலர் பங்குபெறத் தோதாக பெரிய பந்தல், மேடைகள் அங்கு அமைக்கப்பட்டன.

மதுபனி கோரக்ஷிணி சபா

மதுபனி சபை 1888-ல் சோனாபூர் விழாவுக்குச் சென்ற சில மதுபனி பள்ளி மாணவர்களால் ஆரம்பிக்கப்பட்டது. அங்கு அவர்கள், பனாரஸிலிருந்து வந்திருந்த பல பண்டிட்களைச் சந்தித்தனர். பசு பாதுகாப்பின் அவசியம் பற்றி பண்டிட்கள் சொல்லியிருக்கிறார்கள். அது இந்த மாணவர்களின் மனதில் ஆழமாகப் பதிந்துவிட்டது. ஊர் திரும்பியதும் கோரக்ஷிணி சபை ஆரம்பிக்க முடிவெடுத்தனர்.

மதுபனி பகுதியின் முக்கிய பிரமுகர் இதற்கு உதவி செய்தார். டிசம்பர் 1888-ல் இந்த சபை ஆரம்பிக்கப்பட்டது.

1893-ல் பிஹார் முழுவதும் இந்த மதுபனி பசுபாதுகாப்பு சபை தீவிரமாக இயங்கியது. பிஹாரில் இருந்த அனைத்து சபைகளுடன் தொடர்பை ஏற்படுத்திக்கொண்டிருந்தது. அதோடு, பசுப் பாதுகாப்பு இயக்கத்தின் முக்கிய கேந்திரமான நாக்பூரில் இருந்த சபையுடனும் தொடர்பில் இருந்தது. சீதாமரி பகுதியில் பசு பாதுகாப்பு கிளை உருவாக மதுபனி மாணவர்கள் ஆரம்பித்த இந்த சபையே காரணம். டிச 1888 தொடங்கி செப் 1893 வரையிலும் சுமார் ஐம்பது கூட்டங்கள் நடத்தப்பட்டன. இந்தக் கூட்டங்களில் சபையின் நோக்கங்கள், செயல்பாடுகள், விதிமுறைகள் எல்லாம் விளக்கப்பட்டன. பலர் இந்தக் கூட்டங்களில் பங்கு பெற்றனர். இந்த கூட்டங்கள் நீங்கலாக வருடந்தோறும் நடக்கும் திருவிழாக்கள், விசேஷ நாட்கள் ஆகிய வற்றையும் கொண்டாடின. அந்த நேரங்களில் பிஹார், உத்தர பிரதேசங்களில் இருந்து சிறப்புப் பேச்சாளர்கள் அழைக்கப்பட்டனர். பிஹாரில் இருந்த அனைத்து பசு பாதுகாப்பு சபைகளில் இருந்தும் பிரதிநிதிகள் இந்தக் கூட்டங்களில் பங்கெடுத்தனர்.

மதுபனி பகுதியில் செல்வாக்குடன் இருந்த பிரமுகர்கள் இதன் முக்கிய பொறுப்புகளில் இருந்தனர். 1893 வாக்கில், அரசு உதவி பெற்ற நடுநிலைப் பள்ளியொன்றின் ஆசிரியர் கோரக்ஷண இயக்கத்தின் இணைச் செயலாளராகவும் முக்கிய பேச்சாளராகவும் இருந்து சபையின் செயல்பாடுகளை முன்னெடுத்தனர். இந்தப் பேச்சாளர் சபையின் கணக்கு வழக்குகளைக் கவனித்துக் கொண்டார். கூட்டங்களின் நிகழ்வுகளைப் பதிவு செய்தார். தீர்மானங்களின் வரைவுகளைத் தயாரித்தார். தகவல் பரிமாற்றங்களைக் கவனித்துக் கொண்டார். சொற்பொழிவாளர்களின் பயண ஏற்பாடுகளை கவனித்துக்கொண்டார். கோசாலைகளை மேற்பார்வையிட்டார். இவற்றுக்கு எந்தவொரு சம்பளமும் பெறாமல் செய்தார். இந்த சபையின் அச்சாணியாக இவர் கருதப்பட்டார். 'பள்ளியில் ஆசிரியராக இருந்துகொண்டு கோரக்ஷிணி சபையின் பணிகளைக் கவனித்துவரக்கூடாது. வேறு இடத்துக்கு இடமாற்றம் செய்யப் படுவார். பள்ளிப் பணிகளை மட்டுமே பார்த்துவரவேண்டும்' என்று அரசாங்கத்தினால் பின்னர் எச்சரிக்கப்பட்டார்.

கயா

கயாவில் முதல் கோரக்ஷிணி சபை 1887-ல் வங்காளத்தைப் பூர்விகமாகக் கொண்ட ஜமீந்தார் ஒருவரால் ஆரம்பிக்கப்பட்டது.

அடுத்த இரண்டு ஆண்டுகள் தன்னார்வப் புரவலர்களின் நன்கொடைகளை நம்பி இயங்கிவந்தது. அந்த இயக்கத்தின் கொள்கைகள், இலக்குகள் எல்லாம் மிகவும் நியாயமானவை, மெச்சத்தகுந்தவை என்று பிரிட்டிஷ் அதிகாரவர்க்கத்தினர் மனப்பூர்வமாக நம்பினர்.

கயாவின் கோரக்ஷண இயக்கமானது பிரிட்டிஷ் அரசினால் 'அனல் பறக்கும் பேச்சாளர்' என்று வருணிக்கப்பட்ட ஸ்ரீமான் ஸ்வாமியின் வருகையையடுத்து 1889-ல் புது வேகம் எடுத்தது. அவர் பசுவின் புனிதம் பற்றி வேத, புராணங்களிலிருந்து மேற்கோள் காட்டினார். பசு பாதுகாப்பின் பொருளாதார நன்மைகள் பற்றியெல்லாம் விரிவாகப் பேசினார். கயாவில் அவருடைய சொற்பொழிவுகளுக்கு மிகப் பெரிய வரவேற்பு இருந்தது. இஸ்லாமிய மௌல்விகளே இவருடைய பேச்சைக் கேட்டு பசு பாதுகாப்பு இயக்கத்துக்கு ஆதரவு தரத் தொடங்கினர்.

ஸ்ரீமான் ஸ்வாமியின் வருகையினால் அக்டோபர் 1889-ல் திகாரியின் ராஜா மிகப் பெரிய கோசாலைக்கான இடத்தை தானமாகக் கொடுத்தார். சபையின் உறுப்பினர்கள் நாடுமுழுவதும் சென்று பசு பாதுகாப்பு பற்றி பிரசாரம் செய்தனர். பசுவைப் பாதுகாப்பதால் கிடைக்கும் புண்ணியங்கள், பசுவை இறைச்சிக்காரன்கள் அல்லது இடைத்தரகன்களுக்கு விற்பதால் வரும் பாவங்கள் பற்றியெல்லாம் எடுத்துச் சொன்னார்கள். கோசாலைக்கான நிதி உதவிகளையும் இந்தப் பிரசாரகர்கள் சேகரித்தனர்.

1889 ஆரம்ப கட்டத்தில், கயாவுக்கு வந்த ஜெய்ப்பூர் மஹாராஜாவுக்கு கயா கோரக்ஷிணி சபாவின் சார்பில் ஒரு வாழ்த்து மடல் வழங்கப்பட்டது. மைசூர் மஹாராஜா வந்தபோது ஒரு வாழ்த்து மடல் அவருக்கும் வழங்கப்பட்டது.

1889-ல் திகாரி பகுதியில் இருக்கும் கபார் என்ற ஊரைச் சேர்ந்த பிராமணர்கள், பக்ரீத் நேரத்தில் பசுக்கள் கொல்லப்படவிருந்ததைத் தடுக்க முயன்றனர். 1891-ல் கயாவில் பக்ரீத் நேரத்தில் பலிகொடுப்பதற்கான பசுவை இந்துக்களின் தெருக்களின் வழியாக சில முஸ்லிம்கள் ஊர்வலமாகக் கொண்டு சென்றனர். இதனால் பதற்றம் ஏற்பட்டு கலவரம் வெடித்தது. இந்துக்கள் அந்த பசுவை விலை கொடுத்து வாங்க அனுமதிக்கப்பட்டதைத் தொடர்ந்து நிலைமை கட்டுக்குள் வந்தது. நடந்த கலவரத்துக்கு அரசுத் தரப்பினர் கோரக்ஷண சபையை நேரடியாகக் குற்றம் சாட்டவில்லை. எனினும் அந்த அமைப்பினரின் பிரசாரங்கள் மக்களிடையே கொந்தளிப்பை

ஏற்படுத்தியிருந்தன என்று குற்றம் சாட்டியிருந்தனர். ராஜ்புதனா, பனாரஸ் பகுதிகளில் புனித யாத்திரைக்கான ஏற்பாடுகளைக் கவனித்துவருபவர்களை நியமித்திருக்கும் பூசகர்கள் கலவரம் முடிந்த பின் அந்த பிரமுகர்களைச் சந்தித்து பசுப் பாதுகாப்புக்கு ஆதரவாக அவர்களை ஒன்று திரட்டியிருக்கிறார்கள் என்று மாவட்ட மாஜிஸ்திரேட் குறிப்பிட்டிருக்கிறார்.

மார்ச் மாதம் 1893 வாக்கில் பசுவதைக்கு எதிராக போர்க் குணத்துடனான எதிர்ப்புகள் ஆரம்பித்தன. அரசுக் குறிப்பின்படி, 'மாட்டிறைச்சிக்காரர்களுக்குப் பசுவை விற்கக்கூடாது என்ற பசு பாதுகாப்பு இயக்கத்தினரின் 'தீவிரமான அனல் பறக்கும் பேச்சுகள்' இப்படியான மனநிலைக்குக் காரணமாக இருந்தன'. எங்கெல்லாம் கலவரங்கள் வெடித்தனவோ அங்கெல்லாம் அரசு காவலைப் பலப்படுத்திவந்தது.

செப் 1893-ல் மாவட்ட சூப்பரிண்டெண்ட், 'பெரும்பாலான இஸ்லாமியர் கால்நடைகளைக் கொலை செய்யக்கூடாது என்ற பொதுவான கோரிக்கையை ஏற்றுக்கொள்வார்கள் என்றே நான் நம்புகிறேன்' என்றுகுறிப்பிட்டிருந்தார்.

சரண்

சரண் பகுதியில் சனாதன தர்மி பிரசாரணி சபா 1880 வாக்கில் சாப்ரா பகுதியின் துணை நீதிபதியினால் ஆரம்பிக்கப்பட்டது. இந்த அமைப்பு மறு சீரமைக்கப்பட்டு 1887-ல் சாப்ராவில் கோரக்ஷிணி சபையாக உருவாக்கப்பட்டது. 1888-ல் சோனாபூர் சந்தையின் போது, மகாநதிக் கரையோரம் மிகப் பெரிய கூட்டம் நடைபெற்றது. ஹத்வா சமஸ்தானத்தின் மன்னர் அந்தக் கூட்டத்துக்குத் தலைமை தாங்கினார். அலஹாபாத்தின் பண்டிட் ஜெகத் நாராயண் முக்கிய உரையாற்றினார். பண்டிட் ஜெகத் நாராயண் ஒவ்வொரு ஆண்டும் வந்து உரையாற்றி பசுவதைத் தடுப்பு இயக்கத்தை ஒருங்கிணைக்க உதவினார். பல்வேறு பொறுப்புகளில் பலர் நியமிக்கப்பட்டன. ஊர் ஊராகச் சென்று பிரசாரம் செய்யவும் ஒருவர் நியமிக்கப்பட்டார். 1890-1891 வாக்கில் இந்த சபை சார்பில் தொடர்ந்து கூட்டங்கள் நடைபெற்றன. கணக்கு வழக்குகள் முறையாகப் பின்பற்றப்பட்டன. கோசாலைகள் கட்டப்பட்டன. சபையினால் மீட்கப்பட்ட பசுக்கள் இங்கு நன்கு பராமரிக்கப்பட்டன. 1892 வரை இந்த விஷயங்கள் நடந்து வந்தன.

1893-ல் இந்த இயக்கம் மேலும் பலம் பெற்றது. பசுப் பாதுகாப்பு இயக்கத்தில் தீவிரமாகச் செயல்பட்ட பாலியாவைச் சேர்ந்த ஜக்தேவ்

பஹாதுர் 100 பேருடன் சரண் மாவட்டத்துக்கு வந்து பிரசாரங்கள் மேற்கொண்டார். இறைச்சிக் கடைக்காரர்களிடமிருந்து எப்பாடு பட்டாவது பசுக்களை மீட்கும்படி இந்தக் கூட்டங்களில் பேசினார். ஜூன் மாதத்தில் மாவட்டம் முழுவதும் பயணம் மேற்கொண்டு பிரசாரம் செய்து கோசாலைக்கு நிதி வசூலும் செய்தனர். ஜூலை ஆரம்பத்தில் மஹாலியின் ராணி பசுப் பாதுகாப்பு நடவடிக்கைகளை மிகவும் உத்வேகத்துடன் முன்னெடுத்தார். பல இடங்களில் பிரசாரக் கூட்டங்கள் நடைபெற்றன. இறைச்சிக்கூடங்களில் இருந்து மீட்கப்பட்ட பசுக்களைத் தனது கட்டுப்பாட்டில் இருந்த பகுதியில் ஆஹிர்களுக்கும் பிறருக்கும் இலவசமாகக் கொடுத்துப் பராமரிக்கச் சொன்னார். இறைச்சிக்காரன்களுக்கு வரி இல்லா நிலங்கள் கொடுத்து வேறு தொழில்களில் ஈடுபட ஊக்குவித்தார்.

ஹிந்து முஸ்லிம்களிடையே ஒருபக்கம் பதற்றமும் அதிகரித்து வந்தது. பசுப் பாதுகாப்பு இயக்கத்தின் பிரசாரகர்களில் ஒருவரான ராம்நாத் சிங், கசாப்புக்கடைக்காரர் ஒருவர் இறைச்சிக்காக வாங்கிய எருமையைக் கொடுத்துவிடும்படி வற்புறுத்தினார். உள்ளூர் காவலர்கள் தலையிட்டார்கள். ராம்நாத் சிங் 'கால் நடை மீட்பு'க் குற்றம்சாட்டப்பட்டு நான்கு ஆண்டு சிறைத் தண்டனை விதிக்கப்பட்டார்.

ஆகஸ்ட் 20-ல் மஹாராஜ் கன்ஜ் பகுதியில் மாவட்டத்தின் உள் பகுதிகளில் பசுப் பாதுகாப்பு சபைகள் ஆரம்பிப்பது தொடர்பாக வேறொரு கூட்டம் நடைபெற்றது.

வசந்தபூரில் மிகப் பெரிய கலவரம் வெடித்தது. சாப்ரா மாவட்டத்தை சம்பரண் மாவட்டத்துடன் இணைக்கும் புள்ளியில் இது இருந்தது. பாட்னா மாவட்டத்தில் தினாபூரில் இருக்கும் ராணுவப் படை முகாமுக்கு கால்நடைகள் வாங்கிக்கொண்டு இந்த ஊர்ச் சாலை வழியாகத்தான் செல்லவேண்டும். 26 ஆகஸ்டில் பசுப் பாதுகாப்பு இயக்கத்தினர் ஒரு பெரிய கூட்டம் நடத்தினர். அதில், 'கால்நடைகளை மீட்டெடுக்கவேண்டும். தேவைப்பட்டால் காவலர்களையும் எதிர்க்கவேண்டும்' என்று கேட்டுக்கொள்ளப் பட்டது. 29 ஆகஸ்டில் முஸ்லிம் கசாப்புக் கடைக்காரர்கள் ஏராளமான கால்நடைகளை வாங்கிக் கொண்டு சரண் மாவட்டத்துக்குள் நுழைந்தனர். பெருந்திரளான இந்துக்கள் ஒன்றுகூடி அவர்களைத் தடுத்து நிறுத்தி கால்நடைகளை மீட்க முயன்றனர். செப் 2 அன்று, வசந்தபூர் காவல் நிலையத்துக்கு அருகில் இருந்த தோப்புக்கு இந்தக் கால்நடைகள் காவலர்களினால் ஓட்டிச் செல்லப்பட்டன.

6, செப்டம்பர் அன்று, 'கசாப்புக் கடைக்காரர்களிடம் இந்தக் கால்நடைகளை ஒப்படைக்கக்கூடாது. இவற்றுக்கான விலையைப் பெற்றுக்கொண்டு இஸ்லாமிய இறைச்சிக்கடைக்காரர்கள் திரும்பி விடவேண்டும்' என்று காவலர்களிடம் இந்துக்கள் சொன்னார்கள். சில சாதுக்கள் இந்த பசுக்களை மீட்டெடுப்பதற்கு உண்ணாவிரதம் இருக்கத் தொடங்கியிருப்பதாகவும் காவலர்களுக்குத் தகவல் கிடைத்தது. மாலையில் இந்தக் கால்நடைகள் காவல் நிலைய மைதானத்துக்குக் கொண்டுசெல்லப்பட்டன. சுமார் 2000க்கு மேல் மக்கள் கூடிவிட்டிருந்தனர். காவல்துறையினர் கூட்டத்தினரைச் சுட்டுக் கலைத்திருக்கிறார்கள். அதில் இருவர் இறந்துவிட்டனர். பலருக்குக் காயம் ஏற்பட்டது.

இந்த சம்பவத்தை விசாரித்த மாஜிஸ்திரேட், 'அரசுத் தரப்புக்கு எதிரான திட்டமிட்ட கலகமாகவே இந்த சம்பவத்தைப் பார்க்கவேண்டும். இப்படி ஒட்டுமொத்த சமூகமும் பின் விளைவுகளைக் கணக்கில் கொள்ளாமல் செயல்படுவதை இதற்கு முன் நான் பார்த்ததில்லை. இந்த நிகழ்வுக்கு முன்பாக ராமபிரான் அவதரித்துவிட்டார்; ஹிந்து ராஜ்ஜியம் விரைவில் மலரப்போகிறது என்று ஒரு செய்தி மேற்கில் இருந்து வந்தது' என்று குறிப்பிட்டிருக்கிறார்.

ஷாஹாபாத்

ஷாஹாபாத்தில் முதல் பசு பாதுகாப்பு சபை 1888-ல் ஆரம்பிக்கப்பட்டது. அதைத் தொடர்ந்து சாஸ்ரம், நசரிகஞ்ச், பபுவா ஆகிய பகுதிகளில் ஆரம்பிக்கப்பட்டன. இந்த ஒவ்வொரு சபையும் ஒவ்வொரு கோசாலையை ஆரம்பித்தன. வயதான, கன்று ஈனுதல் நின்றுபோன பசுக்களை இங்கு பராமரித்தனர். ஒரு சபையால் பராமரிக்கப்படாத பசுக்கள் இன்னொரு சபை வசம் ஒப்படைக்கப் பட்டன. அரசு அறிக்கையின்படி, இந்த சபைகள் 'தமது நியாயமான கொள்கைகள், இலக்குகள் ஆகியவற்றின்படி நடந்துகொண்டன'.

பேராம்பூர் கால்நடை சந்தையில் 1890 ஏப்ரலில் கலவரம் வெடித்தது. பனாரஸ் ஆர்ய சமாஜத்தைச் சேர்ந்த கோபாலனந்த ஸ்வாமியின் தலைமையில் ஹிந்துக்கள் குழு ஒன்று இறைச்சிக்காரன்களால் வாங்கப்பட்ட கால்நடைகளை ஓட்டிச் சென்றுவிட்டது.

மே, 1891-ல் பேராம்பூர் கால்நடை சந்தையில் மீண்டும் ஒரு கலவரம் வெடித்தது. கையில் கம்புடன் வந்த ஹிந்துக்கள் தினாபூர் ராணுவ மையத்துக்குக் கால்நடைகளை வாங்கிச் சென்ற இறைச்சிக்கடைக்

காரர்களை அடித்து விரட்டினர். கூட்டத்தைக் கலைக்க காவல்துறை துப்பாக்கிச் சூடு நடத்தியது. 150 கால்நடைகள் ஓட்டிச் செல்லப்பட்டன. கோபாலனந்த ஸ்வாமி கைதுசெய்யப்பட்டார். அவருக்கு இரண்டு ஆண்டு சிறைத்தண்டனை விதிக்கப்பட்டது.

ஆகஸ்ட் 1893-ல் புதிய வழிமுறைகள் முன்னெடுக்கப்பட்டன. ஷாஹாபாத் மாவட்டத்தில், குறிப்பாக சாஸ்ரம் மற்றும் பபுவா பகுதிகளில் தொடர் சங்கிலிக் கடிதங்கள் ஏராளமாக சுற்றுக்கு அனுப்பப்பட்டன. பசுக்களை ஹிந்துக்கள் இறைச்சிக்கடை காரர்களுக்கு விற்கக்கூடாது. இஸ்லாமியர்களைப் புறக்கணிக்க வேண்டும்; அவர்களை நீதித்துறையில் நியமிக்கக்கூடாது என்பது போன்ற செய்திகள் அந்தக் கடிதங்களில் இடம்பெற்றிருந்தன. அது கிடைத்த ஒருவர் வேறு நான்கு பேருக்கு அதை அனுப்பிவைத்தனர்.

ஆகஸ்ட் மாத இறுதியில் கோத்தா பகுதியில் கலவரம் மூண்டது. அங்கு கோவில் காளை ஒன்று இறைச்சிக்கடைக்காரனால் கொல்லப்பட்டது. தொடர் சங்கிலிக் கடிதங்கள் அனுப்பப்பட்டு 24 மணி நேரத்துக்குள் 1000 பேர் கூடிவிட்டனர். இந்தக் கலவரத்தினால் கோத்தா பகுதியிலும் அதையடுத்த 46 கிராமங்களிலும் கூடுதல் காவலர்கள் நியமிக்கப்பட்டனர்.

சம்பரண்

ஸ்ரீமான் ஸ்வாமியால் 1888-ல் கோரக்ஷிணி சபை பேத்தியா பகுதியில் ஆரம்பிக்கப்பட்டது. இந்த சபை அலகாபாத் சபையின் நிர்வாக மேற்பார்வையின் கீழ் நடைபெற்றது. பேத்தியாவின் ராஜா இந்த சபைக்கு ரூ 2000 நன்கொடையாகத் தந்தார். பேத்தியா சமஸ்தானத்து அதிகாரிகளும் இந்த சபைக்கு ஆதரவளித்தனர். ஒரு பெரிய கோசாலை அமைக்கப்பட்டது. பேத்தியா பகுதியைச் சேர்ந்த காயஸ்த சமூகத்தினர் அனைவரும் இந்த இயக்கத்தில் பங்கெடுத்தனர் என்று ஒரு குறிப்பு தெரிவிக்கிறது.

முஸாஃப்பர்பூர் மாவட்டம்

இந்த மாவட்டத்தில் சீதாமரி சபை (தர்பங்கா மாவட்ட மதுபனி சபாவின் கிளையாக முதலில் இருந்தது) ஹஜ்பூர், லால்கஞ்ச் சபைகள் என மூன்று பசு பாதுகாப்பு சபைகள் இருந்தன. இந்த மூன்றிலும் கோசாலைகள் நடத்தப்பட்டன. அனைத்துத் தரப்பு இந்துக்களிடமிருந்தும் நன்கொடைகள் பெறப்பட்டன. செல்வந்தர்களான ஜமீன்தார்கள், மார்வாரிகள் ஆகியோர் இந்தப் பசு பாதுகாப்பு இயக்கத்துக்குப் புரவலர்களாக இருந்தனர்.

பாட்னாவில் இரண்டு கோரக்ஷண சபைகள் ஆரம்பிக்கப்பட்டன. 1888-ல் அவற்றில் பெரிய சபை ஆரம்பிக்கப்பட்டது. பெரிய சபையின் மூலம் கோசாலை நடத்தப்பட்டது. சிறிய சபையை ஒரு ஜமீன்தார் நடத்தினார். அந்த சபை சார்பில் கோசாலை இருந்திருக்க வில்லை.

சில சம்பவங்கள் நடந்ததைத் தொடர்ந்து ஹிந்து முஸ்லிம் சமூகங்களிடையே பதற்றங்கள் உருவாகின. 1892-ல் ஃபதுவா பகுதியில் பக்ரீத் பலியிடலுக்காகக் கொண்டுவரப்பட்டிருந்த பசுவை ஹிந்துக்கள் சிலர் உரிமையாளரின் வீட்டிலிருந்து மீட்டுச் சென்றனர். இந்தக் குற்றத்துக்காக பரா பகுதி துணை டிவிஷனல் அதிகாரியினால் ஐந்துபேர் குற்றம் சாட்டப்பட்டனர்.

ஏப் 1893-ல் மஷூர்தி கிராமத்தினர் தினாப்பூர் படை முகாமுக்குக் கொண்டுசெல்லப்படவிருந்த கால்நடைகளைத் தடுத்து நிறுத்தினர். அந்தக் கால்நடைகளை, கிராமத்தினர் ஓட்டிச்சென்றுவிட்டனர். ஜூன் 1893-ல் ஹில்ஸா பகுதியில் பக்ரீத் நேரத்தில் கலவரம் வெடித்தது.

அக் 1893 வாக்கில் பட்னா பகுதியைச் சேர்ந்த கமிஷனர் தெரிவித்த தகவலின்படி, அங்கு 23 பசு பாதுகாப்பு சபைகள் இருக்கின்றன. கயாவில் எட்டு, தர்பங்கா மற்றும் ஷாஹாபாத்தில் தலா நான்கு, முஸாஃபர்பூரில் மூன்று, பாட்னாவில் இரண்டு, சரண் மற்றும் சம்பரணில் ஒரு சபை என இருந்திருக்கின்றன. பாட்னா கமிஷனின் அறிக்கை ஒன்றில் 'சாப்ரா, தர்பங்கா, மதுபனி, சீதாமரி பகுதியைச் சேர்ந்த பசு பாதுகாப்பு சபையினரே மிகவும் துடிப்புடன் செயல்படுகின்றன. நியாயமான எதிர்பார்ப்புகளையும் தாண்டிச் செயல்படுகிறார்கள்' என்று குறிப்பிடப்பட்டிருக்கிறது.

●

6. கோரக்ஷிணி சபை நிதி ஆதாரங்கள்
[குறிப்பாக பிஹார் பகுதியில்]

கோரக்ஷிணி சபைகள் மிகவும் தெளிவாக திட்டமிடப்பட்டு இயங்கும் அமைப்புகள். ஒவ்வொரு கிராமத்திலும் ஒன்று அல்லது ஒன்றுக்கு மேற்பட்ட சபாசத் பணியாளர்கள் இருப்பார்கள். இவர்கள் கிராமத்தில் நிதி உதவி, பிறவகை உதவிகளைச் சேகரிப்பார்கள். பல கிராமங்களுக்குப் பொறுப்பாக ஒரு சபாபதி நியமிக்கப்படுவார். ஒரு மாவட்டம் முழுவதற்கும் சதார் சபாபதி நியமிக்கப்படுவார்.

சபையின் உறுப்பினர்களில் செல்வந்தர்களாக இருப்பவர்கள் கோசாலை மற்றும் மேய்ச்சல் நிலங்களைத் தானமாகத் தருவார்கள். மாதந்தோறும் உறுப்பினர்களிடம் குறிப்பிட்ட தொகை சந்தாவாக வசூலிக்கப்படும். பல்வேறு வகைகளில் நிதிகள் வசூலிக்கப்படும். தினமும் ஒரு பைசா அல்லது நாளொன்றுக்கு ஒரு கைப்பிடி அளவுக்கான உணவு (தானியம்) ஒவ்வொரு வீட்டிலும் எடுத்து வைப்பார்கள். கிராம பிரதிநிதி அவற்றை தினமும் சென்று சேகரித்து வருவார். சேகரமாகும் தானியம் கணிசமான எடைக்கு வந்ததும் அதை விற்று அந்தப் பணம் சபையின் கணக்கில் வைக்கப்படும்.

சில பகுதிகளில் வியாபாரிகள், கடன் வழங்குபவர்கள் தமது வருவாயில் 20% தொகையை கோரக்ஷிணி சபைக்கான நிதியாக எடுத்துவைத்துவிடுவார்கள். வருமான வரி செலுத்தும் அரசுப் பணியாளர்கள் ஒரு ரூபாய்க்கு ஒரு பைசா என்ற கணக்கில் தம் சம்பளப் பணத்தில் இருந்து இந்த நிதிக்கு கொடுத்து உதவினார்கள். வங்கியாளர்கள், வட்டித்தொழில் செய்பவர்கள் தமது சக்திக்கு உகந்த தொகையை நன்கொடையாகக் கொடுத்தனர். பொது இடங்களிலும் கடைகளிலும் பசு பாதுகாப்பு நிதிக்காக உண்டியல்கள் வைக்கப் பட்டன. வழக்கறிஞர்கள் தமது வாடிக்கையாளர்களில் செல்வந்தர்களை நன்கொடை கொடுக்கச் சொல்லிக் கேட்டுக் கொண்டார்கள்.

சில கிராமங்களில் அனைத்து பணப் பரிவர்த்தனையிலும் குறிப்பிட்ட தொகை சேகரிக்கப்பட்டு பசு பாதுகாப்பு நிதிக்குத் தரப்பட்டது. சில கிராமங்களில் தானியங்கள், பருத்தி, எண்ணெய், துணி ஆகியவற்றுக்குச் சொற்ப வரி போல் சேகரிக்கப்பட்டது. வேறு சில கிராமங்களில் வெளியூர்களுக்கு விற்பனைக்குச் செல்லும் துணிகள் மீதும் டவுனுக்கு தானிய மூட்டை ஏற்றிச் செல்லும் வண்டிகள் மீதும் குறிப்பிட்ட தொகை வசூலிக்கப்பட்டது. கிராமப்புறங்களில் அனைத்து தானிய விற்பனையிலும் கணிசமான தொகை சேமித்துக் கொடுக்கப்பட்டது. கலப்பை வரி என்பதுபோல் சிறிய தொகை வசூலிக்கப்பட்டது.

அக்கம் பக்கத்து கிராமங்களில் இருந்து அறுவடை நேரத்தில் பசுக்களுக்கான வைக்கோல், பிற தீவனங்கள் இலவசமாகப் பெறப்பட்டு சேமித்துவைக்கப்பட்டன. கோசாலையில் கிடைக்கும் சாணியை உரமாகவும் வறட்டியாகவும் தட்டி விற்று அதில் கிடைத்த பணத்தை நிதியில் சேர்த்துக்கொண்டனர். காளைகளை உழுவுக்கு அனுப்பி அதற்குச் சிறிய தொகையைப் பெற்றுக்கொண்டனர். திருமணம், தத்தெடுப்பு போன்ற நிகழ்வுகளில் குறிப்பிட்ட தொகை பசு பாதுகாப்பு நிதியாகப் பெறப்பட்டன. விழா நாட்கள், கொண்டாட்ட நிகழ்வுகளிலும் இந்தத் தொகை வசூலிக்கப்பட்டன.

இப்படியாகச் சேகரிக்கப்பட்ட தொகையை வைத்து கோசாலைகள் கட்டப்பட்டன. இறைச்சிக் கடைக்காரர்களிடமிருந்து பசுக்களை விலை கொடுத்து வாங்கிவரவும் இந்தத் தொகை பயன்படுத்தப் பட்டது. சந்தையில் விற்கப்படும் பசுக்கள் இறைசிக்காரர் கைக்குச் செல்லாமல் தடுக்கும் வகையில் அங்கிருந்தும் வாங்கிவரப்பட்டன.

சபாவின் பணியாளர்களுக்கான செலவுகள், சபா சார்பில் பிரசாரம் மேற்கொள்ள வருபவர்களுக்கான செலவுகள் எல்லாம் இந்த நிதியில் இருந்து செலவிடப்பட்டன.

கோரக்ஷண சபையின் சார்பில் சொற்பொழிவாளர்கள் ஊர் ஊராகச் சென்று பேசிவந்தனர். அவர்களும் சென்ற இடங்களில் நிதி வசூலித்துக் கொண்டுவருவார்கள். கடந்த காலத்தில் பசுவதையே இருந்திராத ஹிந்து ராஜ்ஜியத்தின் பெருமைகளை இந்த சொற்பொழிவாளர்கள் எடுத்துச் சொல்வார்கள். இன்றைய ஹிந்துக்கள் அதுபோல் பசுக்களைக் காப்பாற்றவேண்டும் என்று துண்டு பிரசுரங்கள், கோமாதாவின் ஓவியங்கள், படங்கள் ஆகியவற்றை மக்களுக்கு விநியோகிப்பார்கள்.

நாக்பூர் கோரக்ஷிணி சபையானது மத்திய இந்தியாவிலேயே மிகவும் வலிமை மிகுந்தது. சொற்பொழிவாளர்களுக்குப் பயிற்சிகள் எல்லாம் தந்தது. 'ஹிந்து தர்மத்தின் மிக உயர்ந்த கடமை பசுப் பாதுகாப்புதான். அதைச் செய்ய முடியாவிட்டால் நோய்கள், வெள்ளம், வறட்சி எல்லாம் வந்து தேசம் அழிந்துவிடும்' என்று இந்த சொற்பொழிவாளர்கள் பேசினார்கள். துண்டுப் பிரசுரங்கள், செய்தித்தாள்களில் வெளியான கட்டுரைகள் எல்லாம் இதை அனைவருக்கும் கொண்டு சேர்த்தன.

கோரக்ஷிணி சபைகள் பசுக்கள் விற்கப்படும் வணிகப் பொருட் காட்சிகள், சந்தைகள் ஆகிய இடங்களுக்குத் தமது பிரதிநிதிகளை அனுப்பின. இறைச்சிக்காரன்கள் சொல்லும் விலையைவிட அதிக தொகை கொடுத்து இந்தப் பிரதிநிதிகள் பசுக்களை வாங்கினர். சபையின் விதிகளை மீறி இந்துக்கள் யாரேனும் நடந்துகொண்டால் அவர்களைத் தண்டிக்கவும் செய்தனர். அரசின் கால்நடை பராமரிப்பு மையங்களில் பசுக்களை எந்த இந்துவும் விடக்கூடாது என்று சொல்லப்பட்டிருந்தது. பராமரிக்க முடியவில்லையெனில் அருகில் இருக்கும் கோசாலைக்குத்தான் கொண்டுசென்றுவிடவேண்டும் என்று சொல்லப்பட்டது.

பெரிய விழாக்கள் நடக்கும்போது அங்கு நிறையக் கூட்டம் கூடும் என்பதால் பசு பாதுகாப்பு சபையின் பிரதிநிதிகள் அங்கு சென்று சேர்ந்துவிடுவார்கள். உதாரணமாக, உத்தரபிரதேசத்தின் அலகாபத்தில் நடக்கும் மாக் (மார்கழி மாத) விழாவுக்கு லட்சக்கணக்கில் மக்கள் வருவார்கள்.

1893-ல் கோரக்ஷிணி சபை தளுக்கென்ற தனி நீதிமன்றங்களை நடத்தின. சபையின் விதிகளை மீறியவர்களை அவர்களே தண்டித்தனர். விதியை மீறியவர்கள் ஊரில் இருந்து ஒதுக்கி வைக்கப்பட்டனர். புறக்கணிக்கப்பட்டனர். அபராதம் விதிக்கப் பட்டன. முஸ்லிம்களுக்கு, பிரிட்டிஷ் ராணுவ முகாம்களுக்கு அல்லது இறைச்சிக்கடைக்காரர்களுக்குப் பசுக்களை விற்றவர்களை விசாரிக்க தனி விசேஷ நீதிமன்றங்கள் அமைக்கப்பட்டன. இந்தக் காலகட்டத்தில் பிரிட்டிஷ் அரசு பசு பாதுகாப்பு சபைகள் இப்படிக் குற்றவியல் நீதிமன்றங்களைப் புறக்கணித்துத் தன்னிச்சையாகச் செயல்படுவதை விரும்பவில்லை. பிரிட்டிஷ் அரசு தண்டிக்கிறதோ இல்லையோ குற்றம் செய்தவர்களை இந்த சபைகள் தாமாகவே அபராதங்கள் விதித்துத் தண்டிக்க விரும்புகின்றன என்று அதிருப்தி கொண்டன. இப்படி அபராதம் விதித்து வசூலித்த தொகையும் பசு

பாதுகாப்புக்கே செலவிடப்பட்டன. ஜாதி சங்கங்களின் மூலமாக நெருக்கடிகள் தந்து அபராதங்களைக் கட்ட வைத்தனர். சபை விதித்த அபராதத்தைச் செலுத்த மறுத்தால் அவர்களை ஊரில் இருந்த அனைவரும் ஒதுக்கிவைத்துவிடுவார்கள்.

கோரக்ஷிணி சபை ஹிந்துக்களுக்கும் முஸ்லிம்களுக்கும் கீழ்க்கண்ட குற்றங்களைச் செய்யக்கூடாதென்று பட்டியலிடுகிறது:

அரசுக் கால்நடை பராமரிப்பு மையத்துக்குப் பசுவை அனுப்புவது; சபைக்கு சந்தா செலுத்தாமல் இருப்பது; காளையைக் காயடிப்பது; பெண் எருமையை விற்பது; முன்பின் தெரியாதவருக்கு விற்பது; இறைச்சிக்காரன்களுக்கு விற்பது; அல்லது இறைச்சிக்காரனுக்கு விற்கும் இடைத்தரகனுக்கு விற்பது;

இந்தத் தவறுகள் அனைத்துக்கும் பத்து பசுக்கள் அளவுக்கு அபராதப் பணம் வசூலிக்கப்படவேண்டும். இந்தத் தவறைச் செய்தவரை ஊரில் இருந்து விலக்கிவைக்கவேண்டும்.

கோரக்பூரில் இருப்பதுபோல் சில சபைகள் ஆடம்பரத் திருமணங்கள் செய்வதைத் தடை செய்தன. திருமணத்தில் பங்கு பெற வேண்டிய அதிக பட்ச நபர்களின் எண்ணிக்கையை சபையே தீர்மானித்தது. வேறு விருந்துக் கொண்டாட்டங்களில் செலவிட வேண்டிய தொகை பற்றிய கட்டுப்பாட்டையும் விதித்தது.

வேறு சபைகள் தாமாகவே நீதி வழங்கவும் செய்தன. கோ மகாராணி எதிர் தரப்பு ஹல்தியைச் சேர்ந்த சீதா ராம் அஹிர் வழக்கில் சீதா ராம் தனது பசுவை அரசு பராமரிப்பு மையத்தில் அடைக்க அனுமதித்ததற்கு அபராதம் விதிக்கப்பட்டது. அந்தப் பசு அரசு பிரதிநிதியால் ஒரு இறைச்சிக் கடைக்காரனுக்கு பத்து ரூபாய்க்கு ஏலத்தில் விற்கப்பட்டிருந்தது. அந்தப் பசுவை சீதா ராம் மீட்டு, வாங்கிக்கொடுக்கவேண்டும் என்றும் சபையின் நீதி விசாரணைக்கு பணியவேண்டும் என்றும் சொல்லப்பட்டது. சீதாராம் செய்த குற்றம் நிரூபிக்கப்பட்டதால் 4.80 பைசா அபராதம் விதிக்கப்பட்டது. அவர் அந்த அபராதத்தைக் கட்ட மறுத்தார். மாவட்ட சதர் சபைக்குக் கொண்டுவரப்பட்ட அவர் 24 நாட்களுக்கு ஊரிலிருந்து விலக்கி வைக்கப்பட்டார்.

கோ மகாராணி எதிர் தரப்பு ஷியோ லோசன் வழக்கில் அரசு பராமரிப்பு மையத்தில் பசுவை அடைத்ததால் 12 நாட்கள் ஊரிலிருந்து விலக்கிவைக்கப்பட்டார். வேறு தண்டனைகளோடு சேர்த்து எட்டு பசுக்கள் அபராதமாக விதிக்கப்பட்டன. இவற்றை

நிர்ணயித்த காலக்கெடுவுக்குள் கட்டத் தவறினால் இதே அபராதங்களை நான்கு மடங்கு அதிகமாகக் கட்ட வேண்டும். அபராதம் கட்டாமல் இருக்கும்படி யாரேனும் யாரையேனும் தூண்டினால் பாதி அபராதத்தைத் தூண்டுபவரேகட்ட வேண்டும்.

கோ மஹாராணி எதிர் தரப்பு ராம் பவன் வழக்கில் சபாவின் விதிகளுக்கு எதிராக மக்களை நடக்கவைத்த குற்றத்துக்கு ராம் பவனுக்கு பத்து ரூபாய் அபராதம் விதிக்கப்பட்டு அந்தப் பணம் பசு பாதுகாப்பு நிதியில் சேர்க்கப்பட்டது. 15 நாட்கள் ஊரிலிருந்து ஒதுக்கிவைக்கப்பட்டார்.

பிஹாரில் சபா அமைப்பு, அவர்களுடைய செயல்பாடுகள், நிதி வசூல் முறைகள் எல்லாம் பிற பகுதி சபைகளைப் போலவே இருந்தன. ஒவ்வொரு சபையும் தனித்தனியாக பிரசாரங்களை மேற்கொண்டன. ஒவ்வொரு சபையிலும் தனக்கென தனியான பிரதிநிதிகள், சொற்பொழிவாளர்கள் இருந்தனர். அவர்கள் போய்ப் பேசிய பகுதிகளில் நிதி வசூலும் செய்தனர். வெளி ஊர்களிலிருந்து வந்து பிரசாரம் செய்பவர்களுக்கு ராஜாக்கள், ஜமீந்தார்கள், ராணிகள் தங்க இடம், உணவு போன்ற வசதிகள் செய்துகொடுத்தனர். சில நேரங்களில் அரசாங்க அதிகாரிகள், உள்ளூர் தர்ம சத்திர நிர்வாகிகள் வெளியூர் சிறப்பு அழைப்பாளர்களுக்கு வசதிகள் செய்து கொடுத்தனர். சில சொற்பொழிவாளர்களுக்குச் சபைகள் சன்மானம் தருவதும் உண்டு.

சில நேரங்களில் பிரிட்டிஷ் அதிகாரிகள் இப்படி வெளி ஊர்களிலிருந்து வந்து பேச வருபவர்களைத் தடை செய்ததுண்டு. சிலரைக் கைது செய்ததும் உண்டு.

வரவு செலவுகள்

பொதுவாக, பசுப் பாதுகாப்பு சபைகளுக்கு செலவைவிட வருவாய் அதிகமாகவே இருந்தது. கோசாலைப் பராமரிப்புக்கான தொகை, பணியாளர்களின் சம்பளம், உள்ளூர் வெளியூர் சொற்பொழி வாளர்களுக்கான சன்மானம் என செலவுகள் இருந்தன. பசு பாதுகாப்புப் பணிகளில் ஈடுபட்டவர்கள் மீது தொடுக்கப்பட்ட வழக்கு விவகாரங்களைக் கவனித்துக்கொள்ளவும் கணிசமான தொகை செலவிடப்பட்டது. செய்தித்தாள்களில் பசுப் பாதுகாப்பு பற்றி எழுதுபவர்களுக்கும் சன்மானம் தரப்பட்டன. சில நேரங்களில் நாக்பூர், அலகாபாத் போன்ற பகுதிகளில் நடைபெறும் பிரதான பசு பாதுகாப்பு சபைகளுக்கு நன்கொடைகள் தரப்பட்டன.

பிஹாரில், சபைப் பணியாளர்கள், பிற பிரதிநிதிகள் அனைவரும் சந்தா மற்றும் நிதி வசூல் செய்தனர். அவர்களே சபை நடவடிக்கைகளை நிர்வாகம் செய்யவும் செய்தனர். சில சபைகளின் வரவு செலவுகள் மிக அதிகமாக இருந்தன. உதாரணமாக, 1891-ல் தர்பங்கா சபையின் வரவு ரூ 4,058 ஆகவும் செலவு ரூ 2,343 ஆகவும் இருந்தது. ஷாகாபாத்தின் நான்கு சபைகளுக்கு ஆண்டு வருமானம் ரூ 3,000 ஆக இருந்தது.

பாட்னா சபை ஒரு பெரிய கோசாலையை நடத்தி வந்தது. அதன் வருமானம் கணிசமாக இருந்தது. சீதாமரி சபையின் செலவு ரூ 900 ஆகவும் கையிருப்பு நிதி ரூ 1,700 ஆகவும் இருந்தது. இந்த நிதியானது உள்ளூர் வங்கியாளர்கள் வசம் முதலீடு செய்யப்பட்டிருந்தது. சில சபைகள், குறிப்பாக மதுபனி சபை பசுப் பாதுகாப்பு இயக்கம் உச்சத்தை எட்டிய காலகட்டமான 1893 வாக்கில் பிஹாரில் துடிப்புடன் மிகுந்த செய் நேர்த்தியுடன் செயல்பட்டு வந்தது.

பிரசுரங்கள்

சபை பிரதிநிதிகள், சொற்பொழிவாளர்கள் எல்லாம் துண்டுப் பிரசுரங்கள், படங்கள் என மக்களுக்கு அச்சிட்டுக் கொடுத்தனர். கோமாதா அனைத்து தெய்வங்களும் உறையும் தெய்வமாக வரையப்பட்ட படங்கள் மிக அதிகமாக அச்சிடப்பட்டுத் தரப்பட்டன. சன்னியாசிகளும் இந்த ஓவியங்கள், துண்டு பிரசுரங்களை விநியோகித்தனர்.

ஷாஹாபாத்தில் நாம் முன்பு பார்த்தது போல் தொடர் சங்கிலி கடிதங்களும் இந்த இயக்கத்தின் பரவலுக்கு முக்கிய பங்காற்றியிருக்கிறது. யாருக்குக் கிடைக்கிறதோ அவர்கள் குறிப்பிட்ட பிரதிகள் எடுத்து எத்தனை பேருக்கு அனுப்பவேண்டும் என்ற வேண்டுகோளுடன் அந்தக் கடிதங்கள் பரப்பப்பட்டன. அப்படிச் செய்யவில்லையென்றால் பசுவை இறைச்சிக்காரனிடம் விற்ற பாவம் அல்லது பசுவை வதைத்த பாவம் அல்லது பசுவின் மாமிசத்தைத் தின்ற பாவம் போன்றவை வந்து சேரும் என்று தார்மிக நெருக்கடியை அந்தக் கடிதங்கள் தரவும் செய்தன. பசுக்களை இறைச்சிக்காரன்களுக்கு விற்கக்கூடாது என்ற செய்தியும் இந்தப் பிரசாரத்தில் முக்கிய விஷயமாக இருந்தது. பசுவதை மிகுதியாக நடக்கும் இடங்களில் சில கடிதங்களில் மொகரம் பண்டிகையில் கலந்துகொள்ளக்கூடாது, பசுவதையில் ஈடுபடும் முஸ்லிம்களுக்கு பண்டிகைக் காலத்தில் உதவிகள் செய்யக்கூடாது என்ற கோரிக்கையும் விடுக்கப்பட்டன.

இந்தத் துண்டு பிரசுரங்கள், படங்கள் ஆகியவற்றை அச்சிடும் அச்சகங்கள் 'சட்ட விரோதமான' செயல்களில் ஈடுபடுவதாகக் குற்றம்சாட்டப்பட்டு மூடப்படும் அபாயம் இருந்தது. ஏனென்றால் சில துண்டுப்பிரசுரங்களில் 'அனல் பறக்கும்' 'கண்டிக்கத்தக்க' வாக்கியங்கள் இடம்பெற்றிருந்தன. பெரும்பாலான துண்டுப் பிரசுரங்கள், ஓவியங்கள் எல்லாம் பனாரஸ் மற்றும் நாக்பூரில் அச்சிடப்பட்டன.

பிஹாரில் இருந்த மதுபனி சபை சார்பில் ஏராளமான துண்டுப் பிரசுரங்கள், செய்தித்தாள்கள், பத்திரிகைகள், புத்தகங்கள் வெளியிடப்பட்டன. 'கோசேவக்' என்ற செய்தித்தாள், பசு வதைக்கு எதிரான முஸ்லிம்கள் சிலரின் கருத்துகள், பன்றி வதைக்கு எதிராக இஸ்லாமியர் போராடவேண்டும் என்பது போன்றவற்றை வெளியிடுவதால் 'அனல் கக்கும்' பத்திரிகையாக அரசுத் தரப்பில் சொல்லப்பட்டிருந்தது.

பசு கொலை தடுப்பு தொடர்பான நாடகங்களும் அச்சிட்டு வெளியிடப்பட்டன. 'பாரத் திம்திமா' நாடகம் என்ற நாடகப் பிரதி ரயில் நிலைய புத்தகக் கடைகளில் விற்கப்பட்டன. இந்தியாவின் பொருளாதரப் பின்தங்கிய நிலைக்குப் பசு வதை காரணம் என்ற கோணத்தில் அந்த நாடகம் எழுதப்பட்டிருந்தது.

நகர்ப்புறங்களில் ஆங்கிலக் கல்வி கற்ற ஹிந்துக்களிடையே பசு பாதுகாப்பு தொடர்பான பொருளாதாரக் காரணங்களை முன்வைத்துப் பேசினார்கள். காம தேனுவான பசு காலகாலமாக வளத்தின் குறியீடாக இருந்துவந்திருக்கிறது. 19ம் நூற்றாண்டு வாக்கில் ஆங்கிலம் படித்த இந்தியர்கள் மத்தியில் இந்தியப் பசுக்கள் பலம் குறைந்தவையாகவும் குறைவான பால் கொடுப்பதாகவும் ஓர் எண்ணம் உருவானது. இந்தியாவின் விவசாய மற்றும் பொருளாதார வளர்ச்சியானது பசுப் பாதுகாப்புடன் தொடர்புடையதாகவே இருந்தது. எனவே ஆங்கிலக் கல்வி பெற்ற இந்துக்கள் பசுப் பாதுகாப்பு இயக்கத்துக்கு அந்தக் கோணத்தில் ஆதரவு கொடுத்தனர். பசுக்களைப் பாதுகாக்க கோரக்ஷிணி சபை போன்றவை அவசியம் என்பதை அவர்கள் ஏற்றுக்கொண்டனர்.

இந்தியாவின் வறுமைக்குப் பசுவதையே காரணம் என்று நம்பப்பட்டது. இதை ஆதரித்துப் பல கருத்துகள் முன்வைக்கப் பட்டன. அரசாங்கம் காடுகளில் மேய்ச்சலுக்கு அனுமதி மறுத்தல், மாட்டுத் தீவனங்களில் விலையேற்றம், மாடுகளைக் கொல்வது

ஆகியவையெல்லாம் இந்தியாவில் கால்நடைகளின் வாழ்க்கையை மிகுந்த நெருக்கடிக்கு உள்ளாக்கிவிட்டதாகச் சொல்லப்பட்டது.

'காளைகளும் அவற்றை ஈன்றெடுக்கப் பசுக்களும் இல்லை என்றால் இந்துக்களும் முஸ்லிம்களும் விவசாயம் செய்ய முடியாது. தாய்மார்கள் தம் குழந்தைகளுக்கு போதிய ஊட்டச் சத்து தரமுடியாமல் போய்விடும். எந்த மதத்தைச் சேர்ந்தவராக இருந்தாலும் பசுக்களைப் பாதுகாக்கவில்லையென்றால் அது இந்தியர்களுக்குத் துன்பத்தையே கொண்டுவந்து தரும். ஏற்கெனவே சராசரி வருமானம் வெகுவாகக் குறைய ஆரம்பித்துவிட்டது. ஆயிரக்கணக்கான இந்தியர்கள் பட்டினியில் வாடுகிறார்கள். பால் மற்றும் தானியங்கள் குறையத் தொடங்கிவிட்டால் இந்தியர்கள் இனிமேல் புல்லையும் வைக்கோலையும் இலை தழைகளையும் உண்ணும் நிலைக்குத் தள்ளப்பட்டுவிடுவார்கள்' என்று ஓர் எழுத்தாளர் குறிப்பிட்டிருக்கிறார்.

●

7. பிரிட்டிஷ் பார்வை மற்றும் எதிர்வினைகள்

பசு பாதுகாப்பு இயக்கம் தொடர்பான பிரிட்டிஷாரின் பார்வையை வைஸ்ராய் லேண்ஸ்டவுனுக்கு விக்டோரியா மகாராணி எழுதிய ஒரு கடிதமே மிக அழகாக, அழுத்தமாக எடுத்துக்காட்டி விடுகிறது. 8.12.1893-ல் எழுதப்பட்ட அந்தக் கடிதத்தில் பசு பாதுகாப்பு இயக்கம் தொடர்பான வைஸ்ராயின் உரையை மிகவும் பாராட்டி எழுதியிருக்கிறார். மேலும் அவர், 'ஹிந்துக்களைவிட இஸ்லாமியர்களுக்கு கூடுதல் பாதுகாப்பு தரப்படவேண்டும். ஏனென்றால் அவர்கள்தான் இந்துக்களைவிட நமக்கு விசுவாச மானவர்கள். அதோடு பசுக் கொலையில் ஈடுபடும் முஸ்லிம்களை எதிர்த்துத்தான் இந்தப் பசுப் பாதுகாப்பு இயக்கம் நடைபெறுவதாகச் சொல்லப்பட்டாலும் உண்மையில் அது நமக்கு எதிரான போராட்டம்தான். முகமதியர்களைவிட நாம் தாம் நமது படையினருக்கு உணவாக மிக அதிக அளவில் பசுக்களைக் கொல்கிறோம்' என்று குறிப்பிட்டிருந்தார்.

பிரிட்டிஷ் அதிகாரிகள் பசு பாதுகாப்பு இயக்கம் தொடர்பாக தொடர்ந்து முழுமையான அறிக்கைகள் தயாரித்து அனுப்பி வந்ததால், மகாராணிக்கும் பிரிட்டிஷ் அதிகாரிகளுக்கும் அனைத்தும் நன்கு தெரிந்திருந்தது. இந்த இயக்கம் பிரிட்டிஷாருக்கு எதிரானது என்ற பார்வை வட இந்தியாவில் இந்தப் போராட்டங்களை நேரில் பார்த்த பல்வேறு பிரிட்டிஷ் அதிகாரிகளுக்கு இருந்திருக்கிறது. அதை அவர்கள் பல இடங்களில் எழுதியும் பேசியும் வந்திருக்கிறார்கள்.

28.12.1893-ல் வைஸ்ராய் லேண்ஸ்டவுன் அனுப்பிய அறிக்கையில் குறிப்பிட்டிருப்பது: சிப்பாய் கலகத்துக்குப் பின்னர் நடந்த எந்தவொரு கலவரமாக இருந்தாலும் அது இந்திய அரசின் பார்வைக்கு வந்துவிட்டிருக்கிறது. இந்தப் பசு பாதுகாப்புக் கலவரங்கள் பிரிட்டிஷ் மேலாதிக்கத்தை எதிர்க்கும் விசுவாசமற்ற தன்மையை மக்கள் மத்தியில் அழுத்தமாக நிலை நிறுத்தி வருகின்றன. அதிகாரத்துக்குக் கட்டுப்படாமல் நடப்பதற்குத்

தேவையான காரணங்களை இந்தக் கலவரங்கள் மக்களுக்குத் தருகின்றன. காங்கிரஸ் கட்சி மற்றும் பிற அமைப்புகளில் பிரிட்டிஷ் அரசுக்கு எதிராகத் தென்படும் அதிருப்தியும் எதிர்ப்பு மனநிலையும் இனி வரும் காலங்களில் இன்னும் அதிகமாகும் என்று அஞ்சுகிறேன். படித்த இந்துக்களும் பாமர மக்களும் ஒரே குடையின் கீழ் வந்து ஒருங்கிணைந்து போராட ஒரு மேடை, ஒரு காரணம் கண்டுபிடிக்கப்பட்டுவிட்டிருக்கிறது'.

இன்னொரு இடத்தில் அவர், 'பேரங்களிலும் வாதப் பிரதி வாதங்களில் ஈடுபட்டுவந்த காங்கிரஸ் கட்சியானது வலுவான அரசியல் இயக்கமாக மாறுவதற்கு இந்த பசு பாதுகாப்பு இயக்கம் வழிவகுத்துவருகிறது' என்று குறிப்பிட்டிருக்கிறார்.

காலப்போக்கில் பிரிட்டிஷ் அரசைப் பசு பாதுகாப்பு இயக்கம் நெருக்கடிக்கு உள்ளாக்க ஆரம்பித்தது. எனினும் இதை எப்படி எதிர்கொள்வது என்பது குறித்து அவர்களுக்கு எந்தவொரு தெளிவும் இருந்திருக்கவில்லை.

லேண்ஸ்டவுன் இன்னொரு இடத்தில் குறிப்பிடுகையில், 'இந்தப் பசுப் பாதுகாப்பு இயக்கம் 'அடிப்படையில் தன்னளவில் சட்டபூர்வமானது குற்றம்சாட்ட முடியாதது'. எனவே இந்த இயக்கத்தின் செயல்பாடுகள் சட்ட விதிகளை மீறும்போதுதான் அரசுத் தரப்பினால் குறுக்கிட முடியும்' என்று எழுதியிருக்கிறார்.

வங்காளத்தின் லெப். கவர்னர் ஏ.பி.மெக்டொனால் பாட்னாவில் இருந்த கமிஷனருக்கு செப்டம்பர் 1893-ல் ஒரு கடிதம் எழுதினார். அதில், 'இந்த இயக்க நிகழ்வுகளிலிருந்து நாம் முடிந்த அளவுக்குத் தள்ளியிருக்கவேண்டும். ஹிந்துக்களின் கோபமானது நம் அரசுக்கு எதிராகத் திரும்பாத வகையில் பார்த்துக்கொள்ளவேண்டும்'.

பஞ்சாபின் லெப். கவர்னர் டென்னிஸ் ஃபிட்ஸ்பாட்ரிக் 1894-ல் எழுதிய ஒரு குறிப்பில், 'இந்தியாவில் கடந்த இருபது வருடங்களில் எழுந்திருக்கும் அபாயங்கள் அனைத்திலும் மிகவும் பயங்கரமானது பசுக் கொலை தொடர்பான பிரச்னைதான். இந்த இயக்கம் நமது ராணுவம், காவல்துறைக்குள்ளும் பரவினால் பிரிட்டிஷ் ஆட்சியானது இந்த தேசத்தின் பெரும்பாலான பகுதிகளிலிருந்து விரைவில் அப்புறப்படுத்தப்பட்டுவிடும் என்று சொல்வது மிகையல்ல' என்று குறிப்பிட்டிருக்கிறார்.

●

பஞ்சாப்

பஞ்சாப் பகுதியில் நடைபெற்ற பசுப் பாதுகாப்பு இயக்கம் பற்றி பல்வேறு மட்டங்களிலான பிரிட்டிஷ் அதிகாரிகள் தமது கருத்துகளைப் பதிவு செய்திருக்கிறார்கள். 1887-ல் பஞ்சாபின் லெப்டினண்ட் கவர்னர் ஜே.பி.லைல், ஒரு கூட்டம் பற்றிய பதிவில் எழுதியது: 'எனது நிர்வாகத்தின் கீழ் இருக்கும் பகுதியிலிருந்து கிடைத்த தகவல் என்னவென்றால் பஞ்சாபில் இருக்கும் ஹிந்துகள் (சீக்கியர் உட்பட) நாம் முஸ்லிம்களுக்கு ஆதரவாக நடந்து கொள்வதாக நினைக்க ஆரம்பித்திருக்கிறார்கள். பசுக் கொலை விவகாரத்தில் முகமதியர்களின் நிலைப்பாடே மிகவும் சரியானது என்று நமது அதிகாரிகளுக்குத் தோன்றுகிறது. ஆனால், நாம் கைப்பற்றுவதற்கு முன்பாக இந்த பஞ்சாப் பகுதியில் ஹிந்துக்களின் கையே மேலோங்கியிருந்தது என்பதை நாம் நினைவில் கொள்ளவேண்டும்'.

1888-ல் இன்னொரு அதிகாரி டப்பர் எழுதியது: 'பஞ்சாபில் பசுக் கொலை தொடர்பான அதிருப்தி உணர்வுகளே அரசியல்ரீதியாக மிகவும் அபாயகரமான விஷயமாக இருக்கின்றன.

பிரிட்டிஷ் ஆட்சியை எதிர்த்துவந்த முஸ்லிம்கள் இந்துக்களையும் பிரிட்டிஷ் ஆட்சிக்கு எதிராகத் தூண்டிவிட ஒரு நல்ல காரணத்தைக் கண்டுபிடித்திருக்கிறார்கள். பசுக் கொலை தொடர்ந்து நீடிக்க பிரிட்டிஷாராகிய நாம் தான் முழுக் காரணமாக இருந்துவருகிறோம். ஹிந்துக்களும் சீக்கியர்களும் பிரிட்டிஷ் ஆட்சியை எதிர்க்க ஆரம்பித்திருப்பதற்கு இந்தப் பசுவதையே முக்கிய காரணம்' என்று குறிப்பிட்டிருக்கிறார்.

1893 வாக்கில் உள்ளூர் பிரிட்டிஷ் அதிகாரிகள் இந்த இயக்கம் பற்றி அறிக்கைகள் சமர்ப்பித்திருக்கிறார்கள். கோசாலைகள், கோரக்ஷண சபைகள் செயல்படும் விதம் குறித்து மிக விரிவாகப் பதிவு செய்திருக்கிறார்கள். 13, டிசம்பர், 1893-ல் கூர்காவ் பகுதியின் துணை கமிஷனர் ஜே.ஆர்.ட்ருமண்ட் கீழ்க்கண்ட விஷயங்களைப் பதிவு செய்திருக்கிறார்: சில வருடங்களாகவே பசுவதைக்கு எதிராக இந்தப் பகுதியில் ஓரளவுக்கு வெளிப்படையாக போராட்டங்கள் நடந்துவருகின்றன.

கடந்த இரண்டு வருடங்களாக இந்த இயக்கம் பல இடங்களுக்குப் பரவிவிட்டிருக்கிறது. தீவிரமடைந்தும் இருக்கிறது. கோரக்ஷிணி சபையும் கோசாலைகளும் சில இடங்களில் நடந்துவருகின்றன.

இந்த இயக்கம் விரிவாகப் பரவுவதில் பிரிட்டிஷ் அரசுப் பணியாளர்களாக இருக்கும் இந்தியர்கள் முக்கியப் பங்காற்றி வருகிறார்கள். கோரக்ஷிணி சபைக்கு ஆதரவு கொடுத்த அதிகாரிகளுக்கு எதிராக நடவடிக்கைகள் எடுக்கப்பட்ட பின்னர், கோசாலைகள் அமைத்து கால்நடைகளைப் பராமரிக்கும் பணிகளுக்கு மட்டுமே ஆதரவு தருகிறார்கள். எனினும் கோரக்ஷிணி சபையின் செயல்பாடுகள் பல நேரங்களில் இறைச்சிக் காரன்களுடனும் அரசாங்கத்துடனும் மோதல்களில் சென்று முடிகிறது. எல்லா பகுதிகளிலும் இருக்கும் ஹிந்துக்களுக்கு பசுவதையும் பசு விற்பனையும் அக்கறைக்குரிய விஷயமாக, வேதனை தரும் விஷயமாக ஆகிவிட்டிருக்கிறது. இஸ்லாமிய சமூகத்திலும் சில பிரிவினர் அதிருப்தி அடைந்திருக்கின்றனர். அவர்கள் பசு பாதுகாப்பு இயக்கத்துக்கு ஆதரவாக இருக்கிறார்கள்.'

ட்ருமண்ட் மேலும் சொல்கையில், 'செல்வாக்கு மிகுந்த தர்வேஷ் பிரிவினரும் இஸ்லாமிய ராஜ்புத்களும் பசு பாதுகாப்புக்கு ஆதரவாக இருக்கிறார்கள்' என்று குறிப்பிட்டிருக்கிறார்.

மெயோ முஸ்லிம்கள் பற்றி திரு ட்ருமண்ட் சொல்கையில், இவர்கள் சமீப காலம் வரை பசு, காளையை மாமிசத்துக்காகவோ தோலுக்காகவோ கொல்வதைக் கண்ணியக் குறைவான செயலாகவே கருதிவந்திருக்கிறார்கள். ஜாட் முஸ்லிம்கள், அஹிர் முஸ்லிம்கள் ஆகியோருமே இந்துக்களைப் போலவே பசுக்களைப் புனிதமாகவே நினைக்கிறார்கள். அவர்கள் பெயரளவில் மட்டுமே முஸ்லிம்களாக இருந்தனர்' என்றும் குறிப்பிட்டிருக்கிறார்.

தக்கி மற்றும் டெகாய்ட்டி பிரிவின் ஜெனரல் சூப்ரண்டெண்டான மெக்கிராகென், பஞ்சாபில் நடைபெற்ற பசு வதை தடுப்பு இயக்கம்பற்றி '9.8.1893-ல் ஒரு அறிக்கை அனுப்பியிருந்தார். அதில், 'ரஷ்யர்கள் இந்தியாவை பிரிட்டிஷாரிடமிருந்து கைப்பற்றிவிட்டால் பசு வதைக்கு முடிவு கட்டுவார்கள் என்றொரு நம்பிக்கை இந்துக்கள் மத்தியில் இருக்கிறது. சீக்கியர்களுக்கு கால்சா ராஜ்ஜியம் (சீக்கிய அரசு) திரும்பக் கிடைக்கும் என்ற நம்பிக்கை இருக்கிறது. இந்த மனப்போக்குகளை நாம் கவனத்தில் கொண்டாகவேண்டும்'.

1891-ல் 36 வது சீக்கிய படைப்பிரிவைச் சேர்ந்த சிலர் லுதியானாவுக்கு பசுக்கள் இறைச்சிக்காகக் கொண்டுசெல்லப் பட்டபோது தடுத்து நிறுத்தியிருக்கிறார்கள். இதைத் தவிர உள்நாட்டு ராணுவத்தினர் பசு பாதுகாப்பு இயக்கத்தில் தொடர்பு கொண்டிருப்பதாகச் சொல்ல வேறு எந்த முகாந்தரமும் ஆதாரமும்

இல்லை. ஆர்ய சமாஜத்தைச் சேர்ந்தவர்கள் பிரிட்டிஷ் இந்திய ராணுவத்தில் சேர ஆரம்பித்திருக்கிறார்கள். சிப்பாய்கள் மத்தியில் பசுவதை தடுப்பு தொடர்பாக பிரசாரம் ஆரம்பித்திருக்கிறார்கள். குக சீக்கியர்கள் சீக்கிய படைப் பிரிவினரிடையே பசு பாதுகாப்பு தொடர்பாகப் பிரசாரம் செய்ய ஆரம்பித்திருக்கிறார்கள். பசு பாதுகாப்பு இயக்கம் பஞ்சாபில் தீவிரமடைந்தால் நாமதாரி சீக்கியர்கள் மற்றும் பிற சீக்கியர்கள் மீது கூடுதல் கவனத்தை நாம் குவிக்கவேண்டியிருக்கும்'.

யுனைட்டட் பிராவின்ஸ் (உத்தரபிரதேசம்)

நிர்வாகத்தினரின் பார்வையில், வேறு வகையான கட்டமைப்புகளை உருவாக்க முன்வந்த சில சபைகளே மிகவும் அபாயகரமானவை என்ற எண்ணம் இருந்தது. 'கோரக்ஷிணி சபையானது சட்ட விஷயங்களைத் தன் கையில் எடுத்துக்கொண்டு தனி அரசாங்கமாகச் செயல்பட ஆரம்பிப்பது மிகவும் அபாயகரமானது' என்று வட மேற்கு பிராந்தியத்தின் லெப் கவர்னர் சார்லஸ் க்ராஸ்வைட் எச்சரித்திருக்கிறார். எனவே அரசானது அப்படியான இடங்களில் தண்டனைகள், எச்சரிக்கைகள் செய்து நிலைமையைத் தன் கட்டுக்குள் கொண்டுவர முயற்சிகள் மேற்கொண்டது.

க்ராஸ்வைட் இந்துத் தலைவர்களை அழைத்து பல தர்பார் கூட்டங்கள் நடத்தினார். அஸம்கர் பகுதியில் நடந்த தர்பார் கூட்டத்தில், ஹிந்து நில உடைமையாளர்கள் தமது கடைமையில் தவறிவிட்டதாகக் குற்றம்சாட்டினார். தமது பகுதியில் என்ன நடக்கிறது என்று அவர்களில் ஒருவர் கூட தனக்குத் தெரிவிக்க வில்லை என்று குறை கூறினார். தமது பகுதியில் கலவரம் நடந்தபோது அதை ஒருவரும் தடுக்க முன்வரவில்லை என்றும் விமர்சித்தார்.

கலவரத்தில் பங்கெடுத்தவர்களைக் கண்டுபிடிக்க இவர்கள் யாரும் உதவவில்லை என்பதால் கோரக்ஷிணி சபைகளுக்கு ஆதரவு கொடுத்தால் பின் விளைவுகள் மோசமாக இருக்கும் என்று எச்சரித்தார். 'கூடுதல் படை வீரர்கள், காவலர்கள் இந்தப் பகுதிகளில் நிறுத்தப்படுவார்கள். அவர்களுக்கான பராமரிப்புச் செலவுகளை நில உடைமையாளர்கள்தான் பார்த்துக்கொள்ளவேண்டும். இந்த பிரச்னைகளுக்கு நீங்கள்தான் காரணம். நீங்கள் சமூக அமைதியையும் நல்லிணக்கத்தையும் எவ்வளவு சீக்கிரத்தில் கொண்டுவருகிறீர்களோ அதற்கேற்பவே இந்தச் சுமை உங்கள் மேலிருந்து நீக்கப்படும்' என்று கூறினார்.

தாலுக்தார்களிடம் ஆயுதங்கள் வைத்திருப்பதற்காக இருந்த அனுமதி லைசன்ஸ்களை நீக்கியும் உத்தரவிட்டார்.

18.9.1893-ல் வட மேற்கு பிராந்தியத்தின் சீஃப் செகரெட்டரி பிரிட்டிஷ் இந்திய அரசின் உள்துறைக்கு எழுதிய கடிதத்தில், 'இந்தப் பிராந்தியத்தில் இதுவரை நடந்தவற்றிலேயே இந்த அளவுக்கு ரகசியமாக இத்தனை பேர் சட்ட விரோத எண்ணத்துடன் ஒன்றிணைக்கப்பட்டு இந்தக் கலவரம் மேற்கொள்ளப்பட்டிருக் கிறது என்பதுதான் மிகவும் அக்கறைக்குரிய விஷயம். நில உடைமையாளர்கள் தமது பகுதியில் நடக்கும் விஷயங்கள் குறித்துத் தகவல் தெரிவித்தாகவேண்டும் என்று சொல்லும் இப்போதைய சட்ட திட்டங்கள் நடைமுறையில் போதுமானதாக இல்லை. மிகப் பெரிய நில உடைமையாளர்கள் மட்டுமல்ல; சிறிய நில உடைமையாளர்கள் கூட பிரச்னைக்குரிய பகுதிகளில் வசிக்க வில்லை. எனவே இந்த கலவரங்களுக்கு அவர்கள் காரணம் என்று சொல்லமுடியாது.

ஆனால், இந்தக் கலவரத்தை முன்னெடுக்கும் அமைப்புகள், அதன் செயல்பாடுகள் ஆகியவற்றுக்கு அவர்களே காரணம். இவர்கள் ஆதரிக்கும் அந்த சபைகளே இந்த கலவரத்துக்குக் காரணம். எனவே இந்த நில உடைமையாளர்களுக்கும் அவர்களுடைய பிரதிநிதி களுக்கும் என்ன நடக்கிறது; எப்படி நடக்கிறது என்பதெல்லாம் நிச்சயம் நன்கு தெரிந்திருக்கும். தொடர் சங்கிலிக் கடிதங்கள், துண்டுப் பிரசுரங்கள் எல்லாம் எப்படிக் கொடுக்கப்படுகின்றன; சட்ட விரோதமான கூட்டங்கள், கலவர நடவடிக்கைகள் எப்படி ஏற்பாடு செய்யப்படுகின்றன என்பது எல்லாம் அவர்களுக்குத் தெரியாமல் இருக்காது'.

எனவே, சார்லஸ் க்ராஸ்த்வைட் கட்டுப்பாட்டின் கீழ் இருக்கும் வட மேற்கு பிராந்திய அரசானது பசுப் பாதுகாப்பு இயக்கத்தை, தேச துரோகமாகவும் பொது மக்களின் அமைதிக்கு ஊறு விளைவிக்கும் அபாயகரமானதாகவும் கருதியது. வட மேற்கு பிராந்திய அரசானது இந்தக் கலவரங்களை அடக்கப் புதிய சட்டத் திருத்தங்களை முன் மொழிந்தது: முறைகேடான பசு பராமரிப்பு மையங்களைத் தடை செய்யவேண்டும். சமுக விரோத அமைப்புகளைத் தடை செய்ய வேண்டும். பொய்யான பயமுறுத்தும் விஷயங்களைப் பொறுப்பற்ற அபாயகரமான முறையில் அச்சிடும் அச்சகங்கள் முடக்கப்பட வேண்டும். கூடுதல் காவல் வீரர்களை நியமிப்பதற்கான செலவை நில உடைமையாளர்களிடமிருந்து வசூலிக்கும் அதிகாரம்;

பாதிக்கப்பட்டவர்களுக்குக் குற்றவாளிகள் மூலம் நஷ்ட ஈடு; பட்வாரிகள் அல்லது கிராமத் தலைவர்கள் கலவரம் தொடர்பான தகவல்களை முன்கூட்டியே அரசுக்கு தந்தாகவேண்டும் என்றெல்லாம் சொல்லப்பட்டது.

அஸம்கர் மற்றும் பிற பகுதிகளில் அமைதி முயற்சிக் குழுக்களுக்கு அரசு தரப்பிலிருந்து ஏற்பாடு செய்யப்பட்டது. ஹிந்து முஸ்லிம் தரப்பிலிருந்து முன்னணி தலைவர்கள் இந்த குழுக்களில் சம அளவில் இடம்பெற்றனர். 'ஒவ்வொரு கிராமத்தையும் தனித்தனியாக எடுத்துக்கொண்டு அவர்கள் அந்தந்த இடங்களில் நிலவும் 'மரபுக்கு' ஏற்ப ஒரு ஒத்த தீர்மானத்தை எட்டவேண்டும். உள்ளூர் முஸ்லிம்களையும் ஹிந்துக்களையும் அங்கு நிலவும் மரபுக்கு ஏற்ப நடந்துகொள்ளச் செய்யவேண்டும்' என்ற பொறுப்பு இந்தக் குழுவிடம் விடப்பட்டது.

பசு பாதுகாப்பு இயக்கமானது இந்திய சமூகத்தில் மிகப் பெரிய தாக்கத்தை ஏற்படுத்தியது. இந்திய அரசின் செகரட்டரியான லைல், 'வங்காளத்தில் இந்த இயக்கம் சமீப காலங்களில் மிகப் பெரிய மாற்றத்தைக் கொண்டுவந்திருக்கிறது. ஐரோப்பிய பழக்க வழக்கங்கள் முன்பு போல் செல்வாக்கு பெறமுடியவில்லை' என்று குறிப்பிட்டிருக்கிறார்.

9, ஆக, 1893-ல் தக்கி மற்றும் டெகாய்ட்டி துறையின் ஜெனரல் சூப்பரிண்டெண்ட் எஃப்.மெக்ராகென், இந்த இயக்கத்தின் அபாயங்கள் பற்றிக் குறிப்பிட்டிருக்கிறார்: பிற விஷயங்கள் எந்த அளவுக்கு வேறுபட்டு இருந்தாலும் அனைத்து வகையான இந்துக்களையும் இந்தப் பசுப் பாதுகாப்பு இயக்கம் ஒன்று சேர்த்துவிட்டது. இதுதான் மிக முக்கியமான, அபாயகரமான விஷயம். முஸ்லிம்களுக்கு எதிரானதாகத் தோற்றமளித்தாலும் இந்த இயக்கம் உண்மையில் பிரிட்டிஷாருக்கு எதிரானதுதான். மேலும் அவர் சொல்கையில், பிரிட்டிஷாருக்கும் ஐரோப்பியருக்கும் உணவாக வெட்டிக் கொல்லப்படும் கால்நடைகள் பற்றிய புள்ளிவிவரங்கள் வெகுவாகப் பிரசாரம் செய்யப்படுகின்றன. அதோடு படைகளுக்கு வாங்கப்படும் பசுக்கள், காளைகள் அனைத்தையும் தடுத்து மீட்டெடுத்துச் சென்றுவிடுகிறார்கள்.

பம்பாய் பிரஸிடென்ஸியிலும் மத்திய பிராந்தியத்திலும் இந்த பசு பாதுகாப்பு இயக்கம் வலுவாக இருக்கிறது. என்றாலும் இந்தப் பகுதிகளிலும் வங்காளத்திலும் இந்த இயக்கங்களினால் பெரிய தாக்கம் எதுவும் ஏற்பட வாய்ப்பில்லை. வட மேற்கு பிராந்தியம்

மற்றும் பஞ்சாப் பகுதியில் தான் இந்த இயக்கத்தினால் இந்து முஸ்லிம்களிடையே பெரிய மோதல்கள் நடந்துவருகின்றன. அரசாங்கத்துடனும் பல மோதல்கள் நடந்துவருகின்றன.

'இரு சமூகங்களுக்கு இடையே பிரிட்டிஷ் அதிகாரிகளே மோதலைத் தூண்டிவருகிறார்கள். மேலும் முஸ்லிம்களுக்கு கூடுதல் சலுகைகள் காட்டுகிறார்கள். பிரித்தாளும் சூழ்ச்சியைப் பின்பற்றுகிறார்கள்' என்று ஹிந்துக்கள் கருதுகிறார்கள். புதிதாக ஒரு சக்தி வளர்ந்திருக்கிறது என்பதில் சந்தேகம் இல்லை. இந்த தேசத்தில் அமைதியைத் தக்கவைக்கவேண்டுமென்றால், இந்த சக்தியைத் தொடர்ந்து கண்காணிப்பது மிகவும் அவசியம்' என்று குறிப்பிட்டிருக்கிறார்.

பிஹார்

பாட்னா பகுதியின் கமிஷனர், பசு பாதுகாப்பு இயக்கம் பற்றி 27, அக், 1893-ல் வங்காள சீஃப் செகரட்டரிக்கு ஓர் அறிக்கை அனுப்பினார். 8, நவ, 1893-ல் சீஃப் செகரட்டரி அனுப்பிய பதில் கடிதத்தில் கவர்னரின் எதிர்வினை பதிவாகியிருந்தது.

'பிஹாரில் பசு பாதுகாப்பு தொடர்பான கலவரம் தன்னிச்சையாக நடக்கவில்லை. சந்தைகளிலும் கண்காட்சி மைதானங்களிலும் சொற்பொழிவாற்ற அந்தப் பிராந்தியத்துக்கு வெளியிலிருந்து வருபவர்களால் ஆரம்பிக்கப்படுகின்றன. அவர்கள் கிராமங்களிலும் டவுன்களிலும் பசுப் பாதுகாப்பு சபைகளை உருவாக்கினார்கள். இந்த சபைகள் முதலில் தமது மதம் சார்ந்த, குறை சொல்ல முடியாத இலக்குகளுடன் செயல்பட்டன. ஆனால், இவற்றில் பல சபைகள் நாளடைவில் அந்த இலக்குகளிலிருந்து விலகிவிட்டன. வெளியிலிருந்து வந்த மற்றும் உள்ளூரில் இருந்த கலவரக்காரர்கள், எப்படியான வன்முறைவழிகளைப் பயன்படுத்தியும் பசுக் கொலையைத் தடுத்தாகவேண்டும் என்று முடிவு செய்திருந்தனர். லௌகிக மற்றும் ஆன்மிக தீவிரவாதத்தின் மூலமும் இந்தத் தடையை அமல்படுத்த விரும்பினர்.

அரசின் உள்ளூர் அதிகாரிகளுக்குக் கலவரம் பற்றி ஆரம்பத்தில் இருந்தே எல்லாம் தெரியும். எனினும் கலவரக்காரர்கள் பற்றி எந்தவிதத் தகவலையும் சேகரிக்க அவர்கள் எந்த முயற்சியும் எடுக்கவில்லை. சட்டவிரோதமான நிகழ்வுகளைத் தடுக்க எந்தவொரு முறையான நடவடிக்கையையும் எடுக்கவில்லை. எந்தவிதக் கண்காணிப்பும் இல்லாமல் கலவரக்காரர்களின்

குழுக்கள் சுதந்தரமாக நினைத்த இடங்களுக்குச் செல்ல இந்த அதிகாரிகள் அனுமத்தினர். வன்முறையைத் தூண்டும் வாசகங்கள் அடங்கிய துண்டு பிரசுரங்களைக்கூட இவர்கள் பறிமுதல் செய்யவில்லை. கால்நடைகளை வலுக்கட்டாயமாக இறைச்சிக் கூடங்களில் இருந்து மீட்டுச் சென்றார்கள். அரசு அதிகாரிகள் எதுவுமே செய்யவில்லை.

'பசுப் பாதுகாப்பு இயக்கத்துக்கு ஆதரவாக இருந்த அதிகாரிகள் உள்ளூர் நீதிமன்றங்கள், பள்ளிகள், தபால் அலுவலகங்கள் ஆகியவற்றில் பணி புரிந்தவர்களே' என்று அரசு விமர்சித்திருந்தது. 'உண்மையில் போராட்டக்காரர்கள் தமது நடவடிக்கைகளுக்கு அரசு எந்திரத்தைப் பயன்படுத்திக்கொண்டிருக்கிறார்கள். மாவட்ட அதிகாரிகள் அவர்களை எந்தக் கேள்வியும் கேட்கவே இல்லை. பொறுப்பான பதவிகளில் இருந்த மரியாதைக்குரிய கண்ணியவான் களினால் இந்த பசு பாதுகாப்பு இயக்கங்கள் ஆதரிக்கப்பட்டதால், பிரச்னைக்குரிய வகையில் விஷயங்கள் நடக்க ஆரம்பித்தபோதிலும் அரசு குறுக்கிடவில்லை.

நாக சாதுக்கள், பவாரி சாதுக்கள் போன்ற அலையும் துறவிகள் அரசுக்குப் பெரும் நெருக்கடிகளைக் கொடுத்தனர். அவர்களுடைய நடவடிக்கைகள் எல்லாம் புதிராக இருந்தன. பாட்னா கமிஷனர் அக், 1893-ல் எழுதிய அறிக்கையில், இந்த சாதுக்கள் எல்லாம் யாராலோ எப்படியோ ஒருங்கிணைக்கப்படுகிறார்கள். ஆனால் யார் என்பதும் எப்படி என்பது தெரியவில்லை. கலவரங்கள் நடக்கும் பல்வேறு இடங்களில் இவர்கள் நடந்துகொள்ளும்விதத்தைப் பார்க்கும்போது யாரோ ஒருவர் அல்லது ஏதோ ஒரு அமைப்பு அனைத்தையும் வழிநடத்துவதுபோலவே இருக்கிறது.

வசந்தபூரிலும் பாலியாவிலும் நடந்த கலவரங்கள் எல்லாம் கோரக்பூரில் இருக்கும் பைகந்தபூரைச் சார்ந்த பொவாரி பாபாவின் ஆதரவாளர்களால் முன்னெடுக்கப்பட்டிருக்கின்றன. பசுக்களை மீட்டெடுக்கும்வரை இவர்கள் பச்சைத் தண்ணீர் கூட அருந்துவதில்லை. பசு பாதுகாப்பு இயக்கம் ஒவ்வொரு இடமாகப் பரவுவதைத் தடுக்கவேண்டுமென்றால் இந்த சாதுக்கள், பிற சொற்பொழிவாளர்கள் ஊர் ஊராகச் செல்வதைத் தடுக்கவேண்டும் என்று அனைத்து பிரிட்டிஷ் அதிகாரிகளும் குறிப்பிட்டிருக்கிறார்கள்.

பிரிட்டிஷ் அரசு எதிர்கொண்ட இன்னொரு முக்கியமான ஒரு பிரச்னை என்னவென்றால், ஜாதி அல்லது மத அமைப்பின் உத்தரவுக்குப் பெருந்திரளான மக்கள் எந்தக் கேள்வியும் கேட்காமல்

முழுவதுமாக அடிபணிந்து செயல்பட்டதுதான். பிரிட்டிஷ் அரசைப் பொறுத்தவரையில் 'எந்தவொரு குழுவினர் அல்லது நபர் தமக்கான விதிமுறைகள், சட்ட திட்டங்கள், மரபுகளுக்கு ஏற்ப நடந்துகொண்டால் அதெல்லாம் தேச துரோகம் மற்றும் நாசகாரச் செயல்களே'. அந்தவகையில் பாட்னா கமிஷனரின் அறிக்கை கோரக்ஷிணி சபைகளைப் பற்றிச் சொல்லும்போது, 'இந்த சபைகள் வசூலித்த சந்தாக்கள் எல்லாம் மதம் சார்ந்த நெருக்குதல்கள் மூலம் பெறப்பட்ட வரிகள்; இவை தனி நபர் சுதந்தரத்துக்கு விருப்பு வெறுப்புக்கு எதிரானவை' என்று குறிப்பிட்டார். 'பஞ்சாயத்துகள் தவறு செய்யும் 'சகோதரர்களை' தாங்களே விசாரணை செய்து அபராதங்கள் அல்லது ஊர் விலக்கு செய்கிறார்கள். இவை மிகவும் தவறானவை' என்றும் குறிப்பிட்டிருந்தார்.

சம்பரண் மாவட்டத்தில் இருக்கும் பேத்தியா பகுதியின் அதிகாரி கிப்பன், 'இந்த பசு பாதுகாப்பு இயக்கத்தின் தலைவர்கள் வெறும் மதம் சார்ந்த நம்பிக்கைகளின் அடிப்படையில் மட்டும் செயல்படவில்லை. அரசியல் இலக்குகளுடன் இயங்குகிறார்கள். இவர்களுடைய இறுதி இலக்கு மக்களை பிரிட்டிஷ் அதிகாரத்துக்குக் கீழ்ப்படியாமல் தேச துரோகச் செயல்பாடுகளில் ஈடுபடத் தூண்டுவதுதான். ஹிந்துக்களும் முஸ்லிம்களும் திட்டமிட்ட வகையில் மிகத் தெளிவான ஒத்திசைவுடன் இயங்குவதாக சந்தேகம் எழுகிறது. இதனால் பிரிட்டிஷ் அரசுக்கு பெரும் அபாயம் காத்திருக்கிறது.

உள்ளூர் பண சந்தையில் நடக்கும் மாற்றங்கள் எல்லாம் பிரிட்டிஷ் அரசுக்குப் பெரும் அச்சுறுத்தலாகப் போகின்றன. ஒவ்வொரு வங்கியாளரும் தமக்கு வரவேண்டியவற்றைக் கறாராக வசூலித்து வருகிறார்கள். எந்தக் காரணம் கொண்டும் எந்த விதிமுறையின் அடிப்படையிலும் கையைவிட்டுப் பணம் கொடுக்கத் தயாராக இல்லை. சந்தை முழுவதும் அவநம்பிக்கை நிலவி வருகிறது. இந்த இயக்கத்தின் உண்மையான தலைவர்கள் எல்லாம் நம்முடைய ஆட்சியின் மீது மிகுந்த வெறுப்பு கொண்டிருக்கிறார்கள். என்ன செய்தாவது எப்பாடுபட்டாவது நம்மை ஆட்சியில் இருந்து அகற்றிவிடவேண்டும் என்ற உறுதியுடன் இருக்கிறார்கள்' என்று குறிப்பிட்டிருக்கிறார்.

பசு பாதுகாப்பு இயக்கம் எப்படியெல்லாம் ஒருங்கிணைக்கப் படுகின்றன; எப்படியெல்லாம் நடக்கின்றன என்றும் கிப்பன் விவரித்திருக்கிறார்: 'இந்த சபைகளின் விதிமுறைகள் மிகத்

தெளிவாக வரையறுக்கப்பட்டுள்ளன. யாருடைய பெயரும் இடம்பெறவில்லை. குழுவில் யார் யாரெல்லாமிருக்கிறார்கள் என்பது தெரியாது. அனைவரும் தமது அடையாளத்தை முழுமையாக மறைத்துக்கொண்டு செயல்படுகிறார்கள்'.

இப்படி ரகசியமான முறையிலேயே இந்த அமைப்புகள் செயல் படுவது குறித்தும் பெருமளவிலான இந்துக்கள் இதில் பங்கு பெறுவது பற்றியும் கிப்பன் பல இடங்களில் குறிப்பிட்டிருக்கிறார்: 'இந்த சபையினரை யார் வழிநடத்துகிறார்கள்; எந்த அமைப்பு கட்டுப்படுத்துகிறது என்பதைத் தெரிந்துகொள்ளவேண்டும் என்று அரசு பெரும் முயற்சி எடுத்திருக்கிறது. அவர்கள் அனைவருமே புனை பெயர்களுடனே வருகிறார்கள். அவர்களுக்கு ஒட்டுமொத்த இந்து சமூகமும் அடைக்கலம் தருகிறது. ஆதரவு தருகிறது. பைகாந்த்பூரைச் சேர்ந்த பொவாரிஜி தான் இந்தப் பகுதியில் நடக்கும் பசு பாதுகாப்பு இயக்க நடவடிக்கைகளுக்கு முக்கிய காரணம். பேத்தியாவில் இருக்கும் அனைவரும் அவருக்கு உணவும் தங்குமிடமும் கொடுத்து ஆதரிக்கத் தயாராக இருக்கிறார்கள். எப்போதெல்லாம் மோதல் வெடிக்கிறதோ அந்தத் தகவல் உடனே நாட்டின் பல பகுதிகளுக்கு விரைவில் கொண்டுசெல்லப்பட்டு விடுகிறது.

சமூக அழுத்தங்கள், சமூக விலக்கங்கள் மூலம் இந்தப் பசுப் பாதுகாப்பு இயக்கம் வலுப்பெற்றது பற்றியும் கிப்பன் குறிப்பிட்டிருக்கிறார். சபைகளின் வலிமை அதிகரித்துவருவது பற்றிக் குறிப்பிடும்போது, 'முதலில் முகமதியர்கள் கொண்டாடும் ஈத் விழாவின் போது பசுவைக் கொல்வதைத் தடுப்பதுதான் அவர்களுடைய முக்கிய நோக்கமாக இருந்தது. ஆனால், நாளடைவில் பிரிட்டிஷ் படைகளுக்கு மாட்டிறைச்சி கிடைப்பதைத் தடுப்பதாக அவர்களுடைய இலக்குகள் மாறிவிட்டது' என்று குறிப்பிட்டிருக்கிறார்.

இறுதியாக கிப்பன், இந்த இயக்கத்தைத் தடுக்கும் வழிமுறைகள் சிலவற்றைப் பற்றியும் குறிப்பிட்டிருக்கிறார்: 'பிரதான குற்றவாளிகளைச் சுட்டுத் தள்ளவேண்டும். கலவரம் மூளும் போது, காவலர்களுக்கு துப்பாக்கி சூட்டுக்கு உத்தரவு கொடுப்பதாக இருந்தால் உண்மையான தோட்டாக்கள் இருக்கும் துப்பாக்கிகளைப் பயன்படுத்துங்கள். சாதா துப்பாக்கியைக் கொடுத்து முட்டுக் கீழே சுடு என்று சொல்லாதீர்கள். எந்த காவலராவது வானை நோக்கிச் சுட்டால் அவரை முதலில் பிடித்து தூக்கில் போடவேண்டும்.

துறவிகளை எல்லாம் அவர்களுடைய மடங்களுக்குள் அல்லது கிராமங்களுக்குள் முடங்கிக் கிடக்கச் சொல்லவேண்டும். அதிக மக்கள் கூடும் இடங்களுக்கு இவர்களைப் போக அனுமதிக்கக் கூடாது' என்று சொல்லியிருக்கிறார்.

பசு பாதுகாப்பு இயக்கத்தில் பிரிட்டிஷ் அரசுப் பணிகளில் இருந்தவர்கள் பெருமளவில் பங்கெடுத்தனர். இது அடுத்த கவலைக்குரிய விஷயமாக பிரிட்டிஷ் அரசால் பார்க்கப்பட்டது. அக், 1893-ல் தர்பங்காவின் மாஜிஸ்திரேட்டும் கலெக்டருமான ஹெ.சி.வில்லியம்ஸ், அனுப்பிய அறிக்கையில், 'அரசுப் பணியாளர்கள் பசுப் பாதுகாப்பு இயக்கத்தில் பங்குபெறுவதை உடனே தடுக்கவேண்டும். பசுப் பாதுகாப்பு சபையில் செயலராகவோ வேறு பொறுப்பிலோ ஏதேனும் அரசு அதிகாரி செயல்பட்டால் உடனே அவரைப் பதவியிலிருந்து நீக்கவேண்டும்' என்று குறிப்பிட்டிருக்கிறார்.

வேறு பல அதிகாரிகளும் இப்படிக் குறிப்பிட்டிருக்கிறார்கள். கீழ் நிலையில் இருக்கும் அதிகாரிகள் பசு பாதுகாப்பு இயக்கத்துக்கு ஆதரவாக இருந்தால் அது தொடர்பாக எந்தத் தகவலையும் உயர் அதிகாரிகளுக்கு அனுப்புவதில்லை என்று புகார் தெரிவித்திருக் கிறார்கள். 'ஒரு ஹிந்து எப்போதும் தனது மதத்துக்கு (தர்மத்துக்கு) மட்டுமே விசுவாசமாக இருப்பார். பிரிட்டிஷ் அரசுக்கு அவர் விசுவாசமாக இருக்கமாட்டார்' என்றும் விமர்சித்திருக்கிறார்கள்.

வசந்தபூர், சரண் மாவட்டம் ஆகிய பகுதிகளில் காவல் நிலையங்கள் தாக்கப்பட்டிருந்தன. அது தொடர்பாக, விசாரணை மேற்கொண்ட அதிகாரிகள், 'கடந்த காலத்தில் என்ன நடந்தது வருங்காலத்தில் என்ன நடக்கும் என்பது பற்றியெல்லாம் எந்தவொரு ஹிந்துவும் எதுவும் நமக்குச் சொல்லத் தயாராக இல்லை' என்று குறிப்பிட்டிருக்கிறார்கள்.

தர்பங்காவின் மாஜிஸ்திரேட்டும் கலெக்டரும் வேறு சில விஷயங்களும் குறிப்பிட்டிருக்கிறார்கள்: 'இப்படியான ஒரு அரசியல் இயக்கம் இந்த அளவுக்கு வலுப்பெற்றதற்கு அதைத் தடுக்காமல் வளரவிட்ட பிரிட்டிஷ் அரசுதான் காரணம். கோரக்ஷிணி சபையும் அதன் செயல்பாடுகளும் எந்தவிதத் தடையும் இன்றி நடக்க அனுமதிக்கப்பட்டுவிட்டன. பசு பாதுகாப்பு சபைகள், அதன் பிரதிநிதிகள் பற்றியெல்லாம் கண்காணித்து தகவல் அனுப்பும்படி காவலர்களிடம் கேட்கவே இல்லை. அதைத் தடுக்கச் சொல்லி எந்த உத்தரவும் தரப்படவில்லை. மேலடுக்கில் இருந்தவர்கள் இந்த

இயக்கத்தை அனுமதித்ததற்கு நிச்சயம் தந்திரமான காரணம் இருக்கும் என்று பிரிட்டிஷ் காவலர்கள் நினைத்தனர்.

பல்வேறு மட்டங்களிலான அரசாங்க அதிகாரிகள் வெளிப்படையாக இந்த பசுப் பாதுகாப்பு இயக்கத்துக்கு ஆதரவும் நிதி உதவியும் தந்தார்கள். பனாரஸ், துமராவ், தர்பங்கா மகாராஜாக்கள், ராஜா ராம்பால் சிங், அவுத் ராஜா, வட மேற்கு பிராந்திய சமஸ்தான ராஜாக்கள் என பிரிட்டிஷ் அரசின் கவுன்சில்களில் உறுப்பினராக இருந்த பெருந் தலைவர்கள் பலரும் இந்த இயக்கத்துக்கு ஆதரவு கொடுத்தனர். இந்த தலைவர்களால் நடத்தப்பட்ட பத்திரிகைகள், செய்தித்தாள்கள், அச்சகங்கள் எல்லாம் கோரக்ஷிணி சபையின் வளர்ச்சிக்குப் பெரும் பங்காற்றின.

கோரக்ஷிணி சபையின் ஆரம்பகட்ட இலக்குகள் மிகவும் எளிமையானவைதான். பின்னாளில் அவை அரசியல் இலக்குகளாக மாறின. பசு பாதுகாப்பு சபைகளை ஆரம்பித்தவர்கள் இவற்றின் விளைவாக மாவட்டங்களில் அமைதி குலையும் என்றோ கலவரங்கள் வெடிக்கும் என்றோ ஆயுதப்படைகள் கொண்டே அமைதியை நிலை நாட்ட வேண்டியிருக்கும் என்றோ நினைத்திருக்க மாட்டார்கள். இரண்டு மூன்று வருடங்களுக்கு முன்பாகவே இந்த சபைகளுக்கு பிரிட்டிஷ் அரசு அனுமதி மறுத்திருந்தால் உள் நாட்டுப் போர் போன்ற சூழலானது பிஹார் பகுதிகள், வட மேற்கு பிராந்தியத்தில் அஸம்கர், பாலியா போன்ற பகுதிகளில் உருவாகியிருக்காமல் தடுத்திருக்கலாம்' என்று குறிப்பிட்டிருக்கிறார்.

இந்த இயக்கத்தைக் கையாள வில்லியம்ஸ் சில பரிந்துரைகள் செய்தார்: பசு பாதுகாப்பு சபையின் பிரசாரகர்கள், பிரதிநிதிகள், துறவிகள் ஆகியோர் அனைவரையும் ஊர் ஊராகப் பயணம் செய்வதிலிருந்து தடுக்கவேண்டும். எந்த கிராமத்திலாவது ஏதேனும் பிரச்னைகள் ஏற்பட்டால் ஜமீந்தார்கள், பிற முன்னணி பிரமுகர்கள் ஆகியோரையே அதற்குப் பொறுப்பாக்கவேண்டும். எங்கெல்லாம் கலவரங்கள் வெடிக்கின்றனவோ அங்கெல்லாம் அனைவரிடமும் இருந்து ஆயுதங்களைப் பறிமுதல் செய்யவேண்டும். பத்திரிகை சார்ந்து தணிக்கைவிதிகள் கொண்டுவரப்படவேண்டும். ஏதேனும் அச்சகங்கள் வன்முறையைத் தூண்டும், கீழ்ப்படிதலற்ற, அச்சத்தை விதைக்கும் செய்திகளையோ துண்டு பிரசுரங்களையோ வெளியிட்டால் அந்த அச்சகங்களை மூடவேண்டும்.

ஹிந்துக்கள் முஸ்லிம்களால் கலவரம் செய்யப்படும்போது கலவரத்தை அடக்கக் கொண்டுவரப்படும் கூடுதல் காவல்

படைக்கான பராமரிப்புச் செலவுகளை அவர்களே பார்த்துக் கொள்ளவேண்டும். பசுப் பாதுகாப்பு சபைகள் தமது 'சட்டபூர்வ நியாயமான இலக்குகள்' நீங்கலாக வேறு எதையும் முன்னெடுக்க கூடாது என்று எச்சரிக்கப்பட்டன.

1893 வாக்கில் அரசுப் பணிகளில் இருந்தவர்கள், முக்கிய பிரமுகர்கள் எல்லாம் பசு பாதுகாப்பு சபைகளிலிருந்து விலகிச் செல்லவைக்கப் பட்டனர். இதனால் சில சபைகள் செயல் இழந்தன. கயாவின் டெபுடி சூப்பரினெண்ட் ஆஃப் போலீஸ் செப் 1893-ல் கொடுத்த அறிக்கையில், 'கயாவைச் சேர்ந்த முக்கிய ஹிந்து பிரமுகர்கள் தமக்கும் பசு பாதுகாப்பு சபைக்கும் எந்த சம்பந்தமும் இல்லை என்று தெரிவித்துவிட்டனர்' என்று தெரிவித்திருக்கிறார்.

அக், 1893 வாக்கில் பாட்னா கமிஷனர் வங்காள சீஃப் செகரட்டரிக்கு அனுப்பிய கடிதத்தில், 'இப்போது கயா மாவட்டத்தில் எந்தவொரு போராட்டமும் நடக்கவில்லை' என்று தெரிவித்திருக்கிறார்.

1893க்குப் பின்னர் பசு பாதுகாப்பு இயக்கம் வலுவிழந்தது. கிப்பன் தனது மகிழ்ச்சியை ஒரு அறிக்கையில் வெளிப்படுத்தினார். 'நாம் ஆங்கிலேயர்கள் அதிர்ஷ்டசாலிகள். கடவுளுக்கு நன்றி சொல்ல வேண்டும். இந்த பிரச்னையை ஆரம்பித்த வேகத்திலேயே முடித்துவிட்டார்கள்'.

கிப்பன் தெரிவித்த இதே மனநிறைவை வேறு பல ஆங்கிலேய உயரதிகாரிகளும் வெளிப்படுத்தியிருக்கிறார்கள். பிரிட்டிஷ் ஆட்சியின் பெரும்பான்மையான காலகட்டத்துக்கும் இப்படியாகத் தம்மைத் தாமே பாராட்டிக்கொண்டுவந்தார்கள். லாகூரின் துணை கமிஷனர் ஏ.ஈ.ஹாரி, இதே கருத்தை வெளியிட்டிருக்கிறார்: 'பசு பாதுகாப்பு இயக்கம் பஞ்சாபிலும் பரவ ஆரம்பித்தது. ஆனால், அச்சமூட்டும் ஒன்றாக ஆனது என்று நிச்சயம் சொல்லமுடியாது' என்று பசு பாதுகாப்பு இயக்கம் வீழ்ச்சியடைத் தொடங்கியதும் தன் மகிழ்ச்சியை வெளிப்படுத்தினார்.

ஆனால், திரு ஹாரி, மேலும் சொல்கையில், பசுப் பாதுகாப்பு சபைகளைக் கூர்ந்து கண்காணித்து வரவேண்டும். அவை அடிப்படையில் முசல்மான்களுக்கு எதிரானவைதான். ஆனால் முசல்மான்களுக்கு நமது ஆட்சி மீதான அதிருப்தியுடன் இவர்களுடைய அதிருப்தியும் ஒன்று சேர்ந்துவிட்டால் இந்தியாவின் அமைதியைப் பொறுத்தவரையில், பசுப் பாதுகாப்பு இயக்கத்தின் அபாயம் காலப்போக்கில் அதிகரித்துவிடும். இந்த

இரண்டு இயக்கங்களுக்கும் ஒரே நேரத்தில் நடக்க ஆரம்பித்தால் நிலைமை மிக மோசமாகிவிடும். எனினும் இதுவரை அப்படி ஆகியிருக்கவில்லை' என்று குறிப்பிட்டிருக்கிறார்.

18ம் நூற்றாண்டின் மத்திய காலத்திலிருந்து 1947 வரையில் இந்து சக்திகளும் இஸ்லாமிய சக்திகளும் ஒன்று சேராமல், ஒரே நேரத்தில் கிளர்ந்தெழாமல் பார்த்துக் கொள்வதில் வெற்றிபெற்றுவிட்டார்கள். பேத்தியா ராஜ் நிர்வாகத்தில் இருந்த கிப்பன், பாட்னா கமிஷனருக்கு அனுப்பிய கடிதத்தில் சொன்னதுபோல் இந்த வெற்றி ஒருவகையில் அதிர்ஷ்டவசமானதுதான். எனினும் 1500க்குப் பின்னர் பிரிட்டிஷார் மற்றும் ஐரோப்பியர்களுக்கு இருந்த இந்த அதிர்ஷ்டத்துக்குப் பின்னால் மிகத் தெளிவான மிக நீண்ட அனுபவப் பாடங்கள் இருந்தன.

ஐரோப்பாவில் மிகக் கொடூரமான மிக அபாயகரமான போர்கள் நீண்ட காலமாக நடந்துவந்திருக்கின்றன. ஆரம்பத்தில் அக்கம் பக்கத்து சக மத நாடுகளுடன் போரிட்டுவந்தன. அதன் பின் சிலுவைப் போர்கள், 1492லிருந்து ஐரோப்பிய காலனியாதிக்கம் என உலகம் முழுவதையும் அது போர்க்களமாகவே பார்த்திருக்கிறது.

பிளேட்டோ சொன்ன விதி 626, 'சாதாரண மக்களுக்குப் பிற நாடுகளுக்கு எதிராக முடிவற்ற போரில் ஈடுபட்டிருக்கிறோம் என்பது புரியவே செய்யாது. அமைதி என்று சொல்லப்படுவது ஒருவகையான கற்பனை நிலையே. உண்மையில் அந்த நேரத்திலும் ஒவ்வொரு நாடும் அடுத்த நாட்டுடன் அறிவிக்கப்படாத போரில் ஈடுபட்ட வண்ணமே இருக்கும். போரில் ஜெயிக்கவில்லை என்றால் அமைதிக் காலத்தில் நாம் செய்யும் அல்லது நம்மிடம் இருக்கும் எந்த ஒன்றினாலும் எந்தப் பலனும் இல்லை. ஏனென்றால் தோற்பவர்கள் கையில் இருக்கும் நல்லவை அனைத்தும் வெற்றியாளர்கள் கைவசம் போய்விடும்'.

பிரிட்டிஷார் நம்மை ஆக்கிரமித்த காலகட்டத்தில் நாம் அவர்களுடைய மேலாதிக்கத்துக்கும் அவர்கள் செய்தவற்றுக்கும் கடும் எதிர்ப்புகளைத் தெரிவிக்கவே செய்திருக்கிறோம். பசு பாதுகாப்பு தொடர்பான போராட்டங்கள் அவற்றில் ஒன்று மட்டுமே. ஆனால் இந்த எதிர்ப்பானது இந்தியர்களின் தனித்தன்மையுடன் வெளிப்பட்டது. இதில் எந்தவித அபாயமோ வன்முறையோ அதிகம் இருந்திருக்கவே இல்லை. உலக உயிர்கள் எல்லாம் ஒரே பரம்பொருளில் இருந்து வந்தவையே... ஒரே மாதிரியானவையே; ஒவ்வொன்றுக்கும் அதனதற்கான இருப்பும் நியாயமும் உண்டு என்ற

உயரிய கோட்பாடுகளின் அடிப்படையில் இந்தப் போராட்டம் அமைந்திருந்தது.

நம்மைப் பொறுத்தவரையில் ஒவ்வொரு உயிருக்கும் வாழ்தல் என்பது தற்காத்துக்கொள்வதற்கான நிரந்தரப் போராட்டமோ முடிவற்ற போரோ அல்ல. இந்த இடத்தில் தான் நாம் பிரிட்டிஷ் காரர்களைப் புரிந்துகொள்வதிலும் எதிர்கொள்வதிலும் தோற்றுப் போய்விட்டோம். தேசம் முழுவதும் உருவான ஒரு போராட்ட உணர்வை வீழ்ச்சியடைய வைத்துவிட்டு பிரிட்டிஷார் தமது 'அதிர்ஷ்டத்தைத்' தக்கவைத்துக்கொள்ள அனுமதித்துவிட்டோம்.

●

முடிவுரை

1810-1811 காலகட்டத்தில் வாரணாசியில் பிரிட்டிஷார் விதித்த வரிகளுக்கு எதிராக ஒரு போராட்டம் நடைபெற்றிருந்தது. அது தொடர்பான பிரிட்டிஷ் அதிகாரபூர்வ ஆவணங்களை 1966 வாக்கில் நான் பார்க்க நேர்ந்தது.

லண்டனில் இருந்த இந்தியா ஆஃபிஸ் நூலகத்தில் இவை இருந்தன. இந்தப் போராட்டங்கள் ஒரு மாத காலம் நீடித்தன. அதன்பின் பிரிட்டிஷ் அதிகாரவர்க்கத்தினர் தீவிரமான நடவடிக்கைகள் எடுத்து இந்த ஒத்துழையாமை இயக்கத்தை முடக்கினர். அதன் பின்னர் கூட மக்கள் அந்த வரியை விருப்பத்துடன் கொடுத்திருக்கவில்லை. இந்த வரிகளை வசூலிக்கும்படி நியமிக்கப்பட்டவர்கள், வரி கட்ட வேண்டியவர்களிடமிருந்து சொத்துகளைப் பறிமுதல் செய்துதான் வரியை வசூலிக்கவேண்டியிருந்தது.

இந்தப் போராட்டம் நடந்தபோது வாரணாசி முழுவதுமாக ஸ்தம்பித்து நின்றது. கங்கைக்கரைக்குக் கொண்டுவரப்பட்ட பிணங்களுக்கான இறுதிச் சடங்குகள்கூட நிறுத்தப்பட்டுவிட்டன. அவற்றை அப்படியே ஆற்றில் தூக்கிப்போட்டுச் செல்லவேண்டி இருந்தது. அனைத்து கடைகள், வணிகங்கள் எல்லாம் மூடப்பட்டு விட்டன. இரண்டு மூன்று வாரங்கள் நடந்த தர்ணா போராட்டத்தில் சுமார் 2,50,000 பேர் பங்குபெற்றனர். வாரணாசியைச் சுற்றியிருக்கும் கிராமப்புறங்கள் அனைத்திலிருந்தும் பெருந்திரளான மக்கள் வந்து குவித்தனர். இரும்புப் பட்டறைப் பணியாளர்கள், படகு ஓட்டிகள் போன்றோரும் தமது வேலைகளை நிறுத்திவிட்டு போராட்டத்தில் பங்கெடுத்தனர்.

இந்த பசுவதைப் போராட்ட நிகழ்வுகளோடு சேர்த்து வாரணாசியில் நடந்த ஒத்துழையாமை இயக்க நிகழ்வுகளையும் படித்துப் பார்த்தால் ஏராளமான ஒற்றுமைகள் இருப்பதைத் தெரிந்துகொள்ளமுடியும். இந்த இரண்டு போராட்டங்களிலும் கலந்துகொண்டவர்கள் மிக

நேர்த்தியான தகவல் தொடர்பு வலைப்பின்னலை உருவாக்கிக் கொண்டிருந்தனர். எப்போது போராட்டம் நடக்கும்; தமது கோரிக்கைகளை அரசு ஏற்க வைக்க அரசை எதிர்த்து என்னென்ன வகையான போராட்ட நடவடிக்கைகள் எடுக்கப்படும்; மக்களை ஒருங்கிணைக்க என்னென்ன செய்யவேண்டும்; போராட்டத்துக்கு என்னென்ன உதவிகள் தேவைப்படும் என்பது தொடர்பானவை அனைத்தும் மிகத் தெளிவாக அனைவருக்கும் கொண்டு சேர்க்கப்பட்டன.

இந்தியாவின் பல்வேறு பகுதிகளில் விவசாய நிலங்கள் தொடர்பான வரி வசூல் மற்றும் பிறவகைச் சுரண்டல்களுக்கு எதிராக விவசாயிகள் முன்னெடுத்த போராட்டங்களிலும் இந்த அம்சத்தைப் பார்க்க முடியும். உதாரணமாக, வங்காளத்தில் ரங்கபூரில் 18ம் நூற்றாண்டின் பிற்பகுதியிலும் 19ம் நூற்றாண்டின் முற்பகுதியில் கர்நாடகாவில் கனரா பகுதியிலும் இப்படியான போராட்டங்கள் நடந்திருக்கின்றன.

வாரணாசியில் நடைபெற்ற வரி எதிர்ப்புப் போராட்டத்தின் போது, மக்கள் நாலைந்து வாரங்கள் தர்ணாவில் ஈடுபட்டனர். அனைத்து வேலைகளையும் நிறுத்திவிட்டனர். நீண்ட காலத்துக்கு நீடித்த பசுவதைத் தடுப்புப் போராட்டமானது ஆயிரக்கணக்கான பசு பாதுகாப்பு சபைகளை அமைத்ததன் மூலம் முன்னெடுக்கப்பட்டது. பிந்தைய போராட்டத்தில் கையெழுத்து இயக்கமும் பெரிய அளவில் நடைபெற்றது.

பிரிட்டிஷ் அதிகார வர்க்கத்திடம் மிகப் பெரிய அளவில் பசுவதைத் தடுப்பு தொடர்பான விண்ணப்பங்கள் கொடுக்கப்பட்டன. சில இந்தியர்கள் இது தொடர்பான வழக்குகளில் தமது தரப்பை முன்வைக்க லண்டனுக்குக்கூடச் சென்றனர். ஏராளமான பிரசாரர்கள், பெரிதும் துறவிகள், நாடு முழுவதும் தொடர் பயணங்கள் மேற்கொண்டு பெருந்திரளான மக்கள் கூட்டத்தில் பசு பாதுகாப்பு பற்றிச் சொற்பொழிவாற்றினர். பெரிய அளவில் மக்கள் மத்தியில் சமூக, பண்பாட்டு விழிப்பு உணர்வு ஏற்படவும் மக்களை ஓரணியில் திரட்டவும் இவர்கள் பெரு முயற்சிகள் எடுத்தனர். இதற்கெல்லாம் மிகப் பெரிய துணிச்சலும் வலிமையும் அவசியம்.

வாரணாசி வரி கொடாமை ஒத்துழையாமை இயக்கமும் (1810-11) பசுவதைத் தடுப்பு இயக்கமும் (1880-1894 நடந்தோடு நில்லாமல் நூறு ஆண்டுகள் கடந்து இப்போதும் நடந்துவரக்கூடிய) இந்த இரண்டு போராட்டங்களும் முன்பே சொல்லப்பட்ட பிற விவசாயப் போராட்டங்களும் மகாத்மா காந்தியின் வருகைக்கு முன்பே

நடந்தவை. இருந்தும் அவை ஆரம்பித்தவிதம், ஒருங்கிணைக்கப் பட்ட வடிவத்தை அடைந்த விதம் எல்லாவற்றிலும் மிக அதிக அளவிலான ஒற்றுமைகள் இருக்கின்றன. மகாத்மா காந்தியினால் ஆரம்பிக்கப்பட்டு, தலைமை தாங்கப்பட்ட போராட்டங்களைப் பற்றிச் சொல்லும்போது, 'ஒரு தலைவரின் உத்வேகமும் வழிகாட்டுதலுமே அந்த இயக்கங்கள் தொடர்ந்து முன்னேற வழிவகுத்தன' என்று சொல்லப்படுவதுண்டு. வாரணாசியில் நடந்த ஒத்துழையாமை இயக்கம், பசுவதை எதிர்ப்புப் போராட்டம், விவசாயப் போராட்டங்கள் இவற்றில் எல்லாம் சிறிய மற்றும் பெரிய அமைப்புகளும் சமூகங்களும் களத்தில் இறங்கிச் செயல்பட்டன; பொதுவான சிந்தனைகள், இலக்குகள் இருந்தன; என்றாலும் குறிப்பிட்ட தலைவர் அல்லது குறிப்பிட்ட பிரதான அமைப்பு என்று எதுவும் இவற்றின் பின்னால் இருந்திருக்கவில்லை.

மகாத்மா காந்தி முதலில் தென் ஆப்பிரிக்காவிலும் பின்னர் சம்பரண் போராட்டம் மூலமாக இந்தியாவில் முதன் முதலாக இந்தியர்களுக்கு ஆலோசனைகள் வழங்கியும் வழிகாட்டியும் போராட ஆரம்பித்தார். அப்போது இந்திய மக்கள் மிகவும் பலவீனமாகியிருந்தனர். அவர்களுடைய வீரமும் துணிச்சலும் வெகுவாகக் குறைந்து விட்டிருந்தது. எனவே இப்படியான காலகட்டங்களில் மக்கள் தமது முழு வேகத்துடன் தங்கள் குரலை வெளிப்படுத்தவும் துணிச்சலாகப் போராட முன்வரவும் ஒரு வசீகரமான தலைவர் ஒருவர் அவசியமாக இருந்தார்.

இந்தியர்களுக்கு மரபாகவே, தெளிவான உறுதியான அரசியல் பார்வை இருந்திருக்கிறது. தர்ம நியாயங்கள் மீதும் நேர்மையான போராட்ட வழிகளின் மீதும் மிகுந்த நம்பிக்கை இருந்தது. ஓரணியில் திரளும் பல்வேறுவகையான திறமைகள் உண்டு. இவ்வளவு விஷயங்கள் இருந்த பின்னரும் தமது எதிரிகளை / தம்மை அடக்கி ஆளும் அரசுகளைத் தீவிரமாக எதிர்த்து முழுவதுமாக அப்புறப் படுத்த முடியாமல் போனதென்பது புரியாத புதிர்தான். இந்திய மக்கள் மற்றும் அதன் தலைவர்களின் அரசியல் புரிதல் மற்றும் வழிமுறைகளுக்கும் ஐரோப்பிய ஆதிக்க சக்திகள் மற்றும் அமெரிக்காவிலிருந்து அப்போதுதான் வந்திருந்தவர்களுடைய அரசியல் புரிதலுக்கும் இடையில் மிகப் பெரிய இடைவெளி இருந்தது.

இந்தியர்கள் பல்வேறு குழுக்கள்/ சமூகங்களாகவும் அவற்றுக்கு இடையே மிகுந்த ஒத்திசைவுடனும் வாழ விரும்புபவர்கள். மனித

இனத்துடன் மட்டுமல்ல; அனைத்து உயிரினங்களுடனும் ஒத்திசைவான வாழ்க்கை முறையை விரும்பக்கூடியவர்கள். மாறாக மேற்கத்தியர்கள் அடிப்படையிலேயே சம நிலைகளைக் குலைப்பவராகவும் ஆக்கிரமிப்பவராகவுமே இருக்கிறார்கள். மேற்கத்தியர் மத்தியிலும் நூற்றாண்டுகளாக ஏவல் பணிகள் செய்து எந்திரகதியில் ஆணைகளுக்கு அடங்கி நடப்பவர்கள் நிறைய இருக்கத்தான் செய்கிறார்கள். அவர்களை ஆக்கிரமிப்பாளர்கள் என்று சொல்லமுடியாதுதான்.

ஆனால், ஆக்கிரமிப்பு மனோபாவம் கொண்ட மேற்கத்தியர் களுக்குப் பிற உயிர்த்துடிப்பான சமூகங்கள், குழுக்களைத் திட்டமிட்டோ வேறு வழியிலோ தமக்கு அடிமையாக்கி அல்லது அழித்தொழித்தால்தான் நிம்மதி கிடைத்தது. அந்தவகையில் மேற்கத்தியர்கள் மத்தியில் பிளேட்டோதான் முதன் முதலாக, 'ஐரோப்பிய சமூக நடைமுறை என்பது அந்த நாடுகளின் இடைவிடாத போர்கள்தான்; ஐரோப்பிய மனிதனின் இலக்குகள் என்பது உலகையே வென்று அடிமைப்படுத்தவேண்டும்' என்பதுதான் என்று புரிந்துகொண்டிருந்தார்.

உலகின் பெரும்பாலான நாகரிகங்கள், சமூகங்கள் எல்லாம் மேற்கத்திய அணுகுமுறையை அடிப்படையாகக் கொண்டு உருவானவை அல்ல. மேற்கத்திய வழிகளைப் பின்பற்றியாகும்படி வடிவமைக்கப்பட்டவையும் அல்ல. படைப்பூக்கம், புதியதைத் தேடும் உத்வேகம், போர்க்குணம் இவை அனைத்தையும் கொண்டிருக்கும் அதே நேரம் மேற்கத்திய அணுகுமுறை பெருமளவுக்கு அசிங்கமானது; பண்பற்றது; கொடூரமானது; வன்முறை மிகுந்தது; மேற்கத்திய சமூகத்தின் சாதனைகள் அனைத்தும் பிறருக்கு மட்டுமல்ல; அவர்களுக்குமே இறுதியில் பெரும் அபாயமாகவே ஆகிவிட்டிருக்கின்றன. இந்த உண்மை உலகுக்குப் புரியும்போது குறிப்பாக மேற்கத்தியர்களுக்குப் புரியவரும்போது, மனிதர்களுக்கிடையேயும் மனிதர்களுக்கும் பிற உயிரினங்களுக்கு இடையேயும் சம நிலை பேணப்பட வழி பிறக்கும்; மனிதர்களுக்கும் இயற்கைக்கும் இடையேயும் ஒவ்வொரு பண்பாடுகளுக்கு இடையேயும் முறையான சம நிலை பேணப்பட வழி வகுக்கும் திருப்புமுனைத் தருணமாகவும் அது அமையும்.

இந்தப் பிரச்னையை தென் ஆப்பிரிக்காவில் இருந்தபோதே புரிந்துகொண்டிருந்த மகாத்மா காந்தி இதற்கொரு திருப்திகரமான தீர்வை நோக்கி நகர ஆரம்பித்திருந்தார். ஆனால், உலகமானது அவர்

முன் வைத்த தீர்வுகள் மற்றும் தொலைநோக்குப்பார்வை ஆகியவற்றை ஏற்றுக்கொள்ள முடியாத நிலைக்கு அவருடைய அந்திம காலகட்டத்தில் ஆகிவிட்டிருந்தது. எனவே அன்றைய ஆதிக்க சக்திகளுக்கு அவருடைய கொள்கைகள் மீண்டும் உயிர்த்தெழுந்துவிடாத அளவுக்கு அவரை மிக ஆழத்தில் புதைத்துவிடவேண்டும் என்ற ஒரே ஒரு பெரிய நோக்கம் மட்டுமே இருந்தது.

●

இந்தியாவில் பசுவையும் கன்றையும் அன்றாடம் கொன்று குவிப்பதென்பது 150 ஆண்டுகளுக்கு மேலாக பிரிட்டிஷாரால் முன்னெடுக்கப்பட்டுவந்தது. இந்தக் காலகட்டங்களில் பசுவதையானது பல மடங்கு அதிகரித்துவிட்டிருந்தது. முன்பே மகாத்மா காந்தி சொன்னதுபோல், 1917 வாக்கில் தினமும் 30,000 பசுக்கள் பிரிட்டிஷாருக்காகக் கொல்லப்பட்டன. பிரிட்டிஷ் மற்றும் அமெரிக்க படைகள் 1945 வாக்கில் இரண்டாம் உலகப்போர் (1939-45) முடிவடைந்த காலகட்டம் வரையிலும் இந்தியாவில் இதே அளவுக்கான பசுக்கள் கொல்லப்பட்டுவந்திருக்கவே வாய்ப்புகள் அதிகம். இந்தக் காலகட்டத்தில் ஆரம்பித்து இந்தியா இந்தக் கொடூரமான செயல்பாடுகளுக்கு சில மாதங்களில் அல்லது ஒரு வருடத்தில் முழுமையான தடையைக் கொண்டுவந்திருக்கமுடியும்.

தினமும் இவ்வளவு பெரிய அளவுக்கு நடந்துவந்த பசுக் கொலையானது முடிவற்றுக் கிளைத்துப் பெருகிவந்தது. 1840 வாக்கில் இந்தியாவில் ஒவ்வொரு மாவட்டத்திலும் ஒன்று அல்லது ஒரு சில பசுவதைக்கூடம்தான் இருந்தது. 1893 அறிக்கையின்படி மதராஸ் பிரஸிடென்ஸியில் ஒவ்வொரு மாவட்டத்திலும் ஒரே ஒரு மாட்டிறைச்சிக்கூடம் மட்டுமே இருந்தது. இங்கிருந்து மாட்டு மாமிசம் மட்டுமல்ல. மாட்டுத் தோல் போன்றவையும் கிடைத்தன. 1890களில் இருந்து காங்கிரஸ் கட்சியானது பசுவதையைக் கடுமையாக எதிர்த்தே வந்தது; எனினும் 1946-ல் அமைக்கப்பட்ட தேசிய காங்கிரஸ் கட்சியின் தேசிய திட்டக் குழுவின் துணைக் குழுவானது, 'மாட்டுத்தோல் ஏற்றுமதி மூலம் கணிசமான வருவாய் கிடைக்கும் என்பதால் பசுவதைக்கு முழுத்தடை விதிக்க வேண்டாம்' என்ற முடிவைத் தெரிவித்தது.

நிஜத்தில் மாடுகளை இறைச்சிக்காகக் கொல்பவர்கள், இறைச்சிக் கூடங்களை நிர்வகித்தவர்கள், அதன் உரிமையாளர்கள், மாட்டு இறைச்சி மற்றும் அது தொடர்பானதுணைப் பொருட்களை வைத்து

வியாபாரம் செய்பவர்கள் ஆகியோரைத் தாண்டியும் பல்வேறு சக்திகள் இந்த விஷயத்தில் ஆர்வம் காட்டத்தொடங்கியிருந்தன.

1946-ல் இந்தியாவில் நாடு முழுவதும் இருந்த மிகப் பெரிய தொழில் மையங்களில் ஒன்றாக இறைச்சிக்கூடங்கள் இருந்திருக்கின்றன. எனவே பிரிட்டிஷ் படைகளும் பெரும்பாலான பிரிட்டிஷ் குடிமகன்களும் இந்தியாவை விட்டு 1947-ல் வெளியேறிய பின்னரும் பசுவதைக் கூடங்களைத் தொடர்ந்து நடத்தவேண்டும் என்று சொல்லக்கூடிய செல்வாக்குள்ள சக்திகள் இங்கு உருவாகி விட்டிருந்தன. மாட்டு இறைச்சி ஏற்றுமதி மற்றும் மாட்டு இறைச்சிப் பயன்பாட்டு விரிவாக்கம் தொடர்பான வலிமையான சக்திகள் உருவாகிவிட்டிருந்தன. இறைச்சித் துறை துணைக் குழு 11: வெளியிட்ட அறிக்கையானது 2002-2007 ஆண்டுக்கான 10வது ஐந்தாண்டுத் திட்டத்துக்கான அறிக்கையில் இந்த விஷயங்கள் பற்றிய தன் அக்கறையை வெளிப்படுத்தியிருப்பதிலிருந்து இந்த விஷயம் மேலும் உறுதிப்படவே செய்கிறது.

மேலே சொல்லப்பட்டிருக்கும் துணைக் குழுவும் அதைப் பரிசீலிக்கும் செயல் குழுவும் வெளியிட்டிருக்கும் அறிக்கைகளைப் பார்க்கும்போது பெருமளவிலான உயிர்கொலையை இவை உற்சாகத்துடன் ஊக்குவிப்பதாகவே தெரிகிறது. இன்று உருவாக்கப் பட்டிருக்கும் அறிக்கைதான் என்றாலும் 1970களின் மத்தியில் இந்திய விவசாய குழு தந்த அறிக்கையின் வழியிலேயே அது செல்கிறது. அந்த விவசாயக் குழுவானது, 'எருமைகளை அவற்றின் பாலுக்காக மட்டுமல்ல; இறைசிச்சிக்காகவும் லட்சக்கணக்கில் வளர்க்க வேண்டும்' என்று பரிந்துரைத்திருந்தது.

1950களில் இருந்து கொண்டுவரப்பட்ட நமது அனைத்து ஐந்தாண்டுத் திட்டங்களும் இதே எண்ணத்துடன்தான் வடிவமைக்கப்பட்டிருக் கின்றன. அதன் தலைவராக இருந்த பிரதமர், துணைத் தலைவராக இருந்த ஏதேனும் ஒரு மூத்த அமைச்சர் ஆகியோரெல்லாம் மிக அதிக அளவிலான விலங்குகளைக் கொன்று இறைச்சித் தொழிலைப் பெரிய அளவில் வேகமாக விரிவுபடுத்தவேண்டும் என்ற செயல் திட்டங்களுக்கு ஆதரவு தருபவர்களாகவே இருந்திருக்கிறார்கள்.

சமீபத்திய பத்தாவது ஐந்தாண்டுத்திட்டத்தின் கீழ் நாடு முழுவதும் மேலும் 50,000 இறைச்சிக்கூடங்கள் ஆரம்பிக்கப்பட்டு அனைத்து வகையான விலங்குகளும் அதிக அளவில் கொல்லப்படவேண்டும் என்று துணைக்குழு செய்திருக்கும் பரிந்துரையானது திட்டக் குழுவின் இப்போதைய தலைவராக இருக்கும் பிரதமர் மற்றும்

துணைத் தலைவர் ஆகியோரின் மௌனமான சிறப்பு அனுமதியின் பேரிலேயே இவை முன்னெடுக்கப்படுகின்றன என்று தோன்றுகிறது.

ஆனால், இப்படி அனுமதி தரப்பட்டிருக்கவில்லை; பிரதானதிட்டக் குழுவானது துணைக்குழுவின் இந்தப் பரிந்துரைகளை நிராகரித்துவிடும் என்று ஒருவர் நம்புவதிலும் எந்தத் தவறும் இல்லைதான். ஒருவேளை அதற்கு அனுமதி தரப்பட்டால், பிற நாடுகளைவிட, அனைத்து உயிர்களைப் பாதுகாப்பதில் கூடுதல் அக்கறை கொண்டது என்று சொல்லப்படும் நம் தேசத்தில் நடக்கும் மிக மிக மோசமான செயலாக அது இருக்கும். பசுவதைத் தடுப்பு தொடர்பாக எழுதியும் பேசியும் வருபவர்கள் மட்டுமல்லாமல் ஒட்டு மொத்த இந்திய மக்களும் நம் தேசம் தடம் மாறிச் செல்வதைத் தடுக்கவேண்டும்; இந்த செல்வாக்கு மிகுந்த சக்திகளின் பொய்யான வாதங்களையும் முறியடிக்க முன்வரவேண்டும். அப்போதுதான் நம் தேசம் மிகப் பெரிய அரசியல், சமூகப் போரில் வெற்றி பெற்றதாக ஆகும்.

●

எனினும் மேலே சொல்லப்பட்டிருக்கும் சக்திகள் மட்டுமே எருமை, பசு, கன்று உள்ளிட்ட விலங்குகளின் இறைச்சிக்கூடங்கள் பெருகிவருவதற்குக் காரணமல்ல. கடந்த 150 அல்லது அதற்கு மேற்பட்ட பிரிட்டிஷ் ஆட்சி காலகட்டத்தில் நம் இந்திய சமூகம் பல துண்டுகளாகப் பிளவுபட்டுவிட்டது. இந்திய பாரம்பரியக் கல்வியின் திட்டமிட்ட அழித்தொழிப்புக்குப் பின்னரும் பிரிட்டிஷ் இந்திய அரசு கல்வியைக் கையில் எடுத்துக் கொண்டதன் பின்னரும் பிரிட்டிஷ் அதிகாரவர்க்கமே நமது பள்ளிகளில் எவை கற்றுத்தரப்படவேண்டும் என்பதைத் தீர்மானித்திருக்கின்றன. இந்திய பள்ளிகளில் எவை கற்றுத் தரப்படவேண்டும் என்று 185758-ல் பிரிட்டிஷ் பிரதமர் கூட அக்கறை கொண்டவராக இருந்திருக்கிறார். 'இந்தியாவின் அசட்டுப் பிசட்டு கருத்துகள் அனைத்தும் உடனடியாக இந்திய பள்ளிகளில் இருந்து நீக்கப்பட்டாகவேண்டும்' என்று அவர் பிரிட்டிஷ் இந்திய அரசுக்கு அறிவுரை சொல்லியிருந்தார்.

உடனேயே கணிசமான இந்தியர்கள் புதிய அந்நிய மதிப்பீடுகளை மனனம் செய்ய ஆரம்பித்தனர். அதைத்தொடர்ந்து தமது சொந்த மதிப்பீடுகள், நடைமுறைகள், பழக்க வழக்கங்கள் ஆகியவற்றை (பயனற்றவை என்று சொல்லாவிட்டாலும்) தரக்குறைவானதாகச்

சொல்லி நிராகரிக்கத்தொடங்கினர். புதிய கல்வியின் மூலமாக அந்நியமயமாகிப் போக ஆரம்பித்ததால் புனிதமாகவும் மங்கலமான தாகவும் கருதப்பட்ட பசு மீதான அன்பானது மெள்ள மெள்ள மறையத்தொடங்கியது. 1900க்குப் பின்னர் ஒர் இந்தியருக்கு பசு என்றால் அது தரும் பால் மற்றும் அது தொடர்பான பயன்பாடுகள் மட்டுமே நினைவுக்கு வந்தன. இதனால் இந்தியப் பசுக்களைவிட அதிகப் பால் கொடுக்கும் ஐரோப்பியப் பசுக்கள் முன்னிலைக்கு வந்துவிட்டன. 1920கள் வாக்கில் பிரிட்டிஷ் ஆய்வுக் குழு ஒன்று இந்திய விவசாயம் பற்றி ஓர் அறிக்கை வெளியிட்டிருந்தது. அதில், மேற்கத்திய கல்வி பெற்ற மற்றும் நகர்ப்புற மேட்டுக்குடிகள் இந்தியப் பசுக்களை முற்றாகப் புறக்கணித்துவிட்டதாகச் சொல்லப்பட்டிருக்கிறது.

எளிய இந்தியர்கள், இந்தியப் பசுக்களுக்கு எதிராக எதுவும் பேசவில்லை. ஆனால், அவற்றைப் பாதுகாப்பதென்பது அவர்களுடைய சக்திக்கு அப்பாற்பட்ட விஷயமாகிவிட்டிருந்தது. 1947 வரையிலும் அதையடுத்த சிறிது காலம் வரையிலும் கூட 95% இந்தியர்களுக்கு பசுவின் மேல் அக்கறை இருந்தது. ஓரிரு பசுக்கள் இருந்தால் அந்தக் குடும்பம் கடவுளின் அருள் பெற்ற குடும்பமாக மதிக்கப்பட்டது. 1947 வரையிலும் 50% இந்தியக் குடும்பங்களில் ஒரு ஜோடி காளைகள், தமக்குச் சொந்தமான நிலத்தை உழுவதற்கு அல்லது வண்டி இழுக்கவென்று கட்டாயம் இருந்திருக்கின்றன.

இந்தியப் பாரம்பரியக் கல்வி முறை அழியத்தொடங்கியதன் மிக முக்கியமான அழுத்தமான தாக்கம் என்னவென்றால், இந்தியர்களுக்கு அனைத்துத்துறைகளில் இருந்த நிபுணத்துவம், அறிவுகள் எல்லாம் மறந்துபோக ஆரம்பித்தன. தொழில்நுட்ப நிபுணத்துவம், கடந்த காலத்தில் எவையெல்லாம் எப்படியெல்லாம் செய்யப்பட்டன என்ற அறிவு எல்லாம் மறையத் தொடங்கின. அந்த இடத்தில் மேற்கத்திய உலகினரின் கடந்த கால அனுபவங்களில் இருந்து கிடைத்த துண்டு துணுக்குகள் எல்லாம் புதிய பாடத்திட்டமாகத் திணிக்கப்பட்டன. இப்படியாக இந்திய ஞானத்தை மேற்கத்திய அறிவினால் அதிவேகமாக பதிலீடு செய்து அதுவே புதிய அறிவாக நிலைநிறுத்தப்பட்டுவிட்டது. அப்படியாக இந்திய சமூகமும் அதன் நடைமுறைகளும் 1800க்கு முந்தைய மேற்கத்திய பாணியில் மாற ஆரம்பித்தன. மேற்கத்திய தாக்கம் பெற்றவர்களாக மாறுவதை இந்தியர்கள் தாமாகவே ஏற்றுக் கொள்ளும்படிச் செய்யப்பட்டனர். அப்படியாக 1800 வரை செயல் திறம் மிகுந்த நிலையில் இருந்த இந்திய விவசாயம், பல்வேறு

தொழில்நுட்பங்கள், இந்திய மருத்துவம் இவை அனைத்தும் 1850 வாக்கில் செயல் திறம் அற்றதாகவும் தரக்குறைவானதாகவும் பார்க்கப்பட்டுவிட்டன.

இந்திய பாரம்பரியக் கல்வியின் நசிவினாலும் இந்திய நினைவில் இருந்து கடந்த கால அறிவுகள் மறைந்ததாலும் பல்வேறு குழப்பங்கள், தவறுகள் ஏற்படத்தொடங்கின. உதாரணமாக, ஒரு பசு, காளை அல்லது கன்று இறந்தால் நம் முன்னோர்கள் என்ன செய்தார்கள் என்பது தொடர்பாக நமக்கு எந்தவொரு தகவலும் நடைமுறை விவரங்களும் எதுவும் இல்லை. அப்படி இறந்தவற்றின் தோலை உரித்து எடுத்துக்கொண்டிருப்பார்கள் என்றே பலரும் இன்று நம்புகிறோம். ஆனால், உத்தரபிரதேசத்தைச் சேர்ந்த கோலா கோகர்நாத் பகுதிகளில் இறந்த பசுவினங்களை அப்படியே புதைப்பது வழக்கம் என்று சொல்கிறார். அந்தப் பகுதியைச் சேர்ந்த சமூக சேவகரும் பள்ளி ஆசிரியருமான ஒருவர் தன் காலத்தில்கூட இறந்துபோன ஏழெட்டு பசுக்கள் புதைக்கப்பட்டதைப் பார்த்திருக்கிறார்.

மே 2000 வாக்கில் மதுரையில் ஒரு காளை இறந்ததைத் தொடர்ந்து அதை வளர்த்த குடும்பத்தினர் மற்றும் உறவினர்கள் அதைத் தம் வீட்டு உறுப்பினர் இறந்ததாக மதித்து மொட்டையடித்துக்கொண்டு இறுதிச் சடங்குகள் செய்ததாக செய்தி வெளியானது. பின்னர் காளையின் உடலைக் கோவிலின் பின் பக்கம் புதைத்து அங்கு சமாதி ஒன்று எழுப்பி வழிபட்டுவருகிறார்கள்.

ராஜஸ்தானில் நோய்வாய்ப்பட்ட தன் பசுவுக்கு உடல் நிலை குணமாக வேண்டி ஒரு பெண்மணி, ஊர் மக்கள் அனைவரையும் அழைத்து மந்திர கோஷங்கள், பிரார்த்தனைகள் செய்யச் சொன்னார். ஆனால், அந்தப் பசு பிரார்த்தனையையும் மீறி இறந்துவிடவே அந்தப் பெண்மணி மனிதர்களுக்குச் செய்யும் அனைத்து இறுதிச் சடங்குகளையும் செய்வித்து புதைக்க ஏற்பாடு செய்தார். இன்றும் நம் தேசத்தில் நூற்றுக்கணக்கான இடங்களில் இப்படி நடந்து வரக்கூடும். பசு என்பது புனிதமானது. மங்கலமானது என்ற நம்பிக்கை இருக்கும்போது அது இறந்தாலும் அதன் புனிதத் தன்மை மறைந்துவிடுவதில்லை. ஒரு ஆணும் பெண்ணும் இறந்த பின்னும் கௌரவமாக இறுதிச் சடங்குகள் செய்வதுபோல் பசுவினங்களுக்கும் அப்படியான கௌரவம் தரப்பட்டிருக்கிறது. இறந்ததும் தோலை உரித்தல் போன்ற எந்தவொரு கண்ணியக் குறைவான விஷயமும் செய்யப்பட்டிருக்கவில்லை.

எனவே, இந்தியாவில் பிரிட்டிஷாரின் வருகையைத் தொடர்ந்து மிகப் பெரிய அளவில் பசுக்கொலை நடக்க ஆரம்பிக்கப்பட்டதற்கு முன்பாக இறந்த பசுக்களின் தோல் உரித்தெடுக்கப்பட்டிருக்க அதிக வாய்ப்புகள் இருந்திருக்காது என்றே தோன்றுகிறது. பசுவின் மாமிசம் மற்றும் பிறவற்றைப் பயன்படுத்துவதாக இருந்தால் மட்டுமே இறந்த மாட்டின் தோலானது உரிக்கப்பட்டிருக்கும். தோலை உரிப்பவர்கள்கூட இறந்த மாட்டின் மாமிசத்தைப் பொதுவாக உண்பதில்லை. இறந்த பசுவின் தோலானது அதை உரிப்பவர்களுக்கு அவ்வளவு விருப்பத்துக்குரியதாக இருந்திருக்காது. ஏனென்றால் அவர்கள் கொன்று உண்ணும் விலங்குகளின் தோல் அளவுக்கு இறந்த பசுவின் தோலை அவர்கள் தேடிப் பெறவேண்டிய அவசியம் இருந்திருக்காது.

எனினும் 19ம் நூற்றாண்டு தொடங்கி 1940கள் வரையிலும் இந்திய கிராமப்புறங்களில் வசித்தவர்களுக்கு பிரிட்டிஷாரின் நடவடிக்கைகளினால் மிகக் கடுமையான நெருக்கடிகளையும் வறுமையையும் சந்திக்க நேர்ந்திருக்கும். சர்மகர்கள், மஹர்கள், மாலாக்கள் போன்றவர்கள் இறந்த பசுக்களின் தோலை உரிக்கும்போது அதன் மாமிசத்தையும் உப்புக் கண்டம் போட்டு உணவுக்காகச் சேமித்து வைத்துக்கொள்ளவேண்டிய துர்பாக்கிய நிலை உருவாகியிருக்கும். ஆனால், இப்படியான வேதனைக்குரிய நிகழ்வுகள் இப்படியான சூழல்களில் உலகம் முழுவதும் நடக்கத்தான் செய்திருக்கின்றன. பிரிட்டிஷாரால் ஆக்கிரமிக்கப்பட்ட காலகட்டத்தில் இந்தியாவில் இந்த நெருக்கடிகள் மிகப் பெரிய அளவில் வழக்கத்துக்கு மாறாக வெகு நீண்ட காலத்துக்கு நீடித்துவிட்டிருக்கின்றன.

அதோடு 1800க்குப் பின்னர் மிகப் பெரிய அளவில் பிரிட்டிஷாருக்காகப் பசுக்கள் கொல்லப்பட்டதால் அதன் தோலை உரித்தெடுத்துப் பயன்படுத்துவதும் அதிகரித்திருக்கும். அதைப் பார்த்து உள்ளூர் மக்களும் இறந்த பசுக்களின் தோலையும் உரித்து எடுத்துப் பயன்படுத்த ஆரம்பித்திருப்பார்கள்.

300-400 வருடங்களுக்கு முன் இந்த விஷயங்கள் எப்படி நடந்திருக்கும்...

சுமார் ஆயிரம் வருடங்களுக்கு முன் இந்தியாவின் பெரும்பகுதியில் என்ன நடந்திருக்கும் என்பதை ஆராய்ந்து பார்க்கவேண்டும். நமக்குக் கிடைத்திருப்பது சொற்பத் தரவுகள் என்றாலும் இந்த ஆய்வு மிகவும் அவசியம்.

ஆதி காலத்திலிருந்தே பசுவானது இந்தியர்களுக்குப் புனித மானதாகவே இருந்திருக்கிறது. ஆனால் முன்பே சொன்னதுபோல் மேற்கத்தியக் கல்வி பெற்றவர்களிடையே (இவர்கள் மூன்றிலிருந்து பதினைந்து சதவிகிதம் வரை இருக்கக்கூடும்) பசு பற்றிய எண்ணவோட்டங்கள் வெகுவாக மாறிவிட்டன. அவர்கள்தான் இந்திய அரசு மற்றும் அதிகாரவர்க்கத்தில் செல்வாக்குடன் இருக்கவும் செய்தனர். ஆனால், எஞ்சிய 85% மக்கள் பழங் காலத்தினரைப் போலவே பசுவைப் புனிதமானதாகவே கருதி வந்தனர். அவர்களில் பெரும்பாலானவர்கள் பசுவை வளர்க்க முடியாத அளவுக்கு வறுமைக்குத் தள்ளப்பட்டிருந்த நிலையிலும் ஆவினங்களின் மீதான மதிப்பும் மரியாதையும் குறைந்திருக்க வில்லை.

1948-49 வாக்கில் பசுவதையை முழுமையாகத் தடைசெய்வது தொடர்பான விவாதத்தின்போது இந்த அம்சங்கள் முன்னிலைக்கு வந்தன. முக்கியமான இஸ்லாமிய உறுப்பினர்கள் உட்பட அனைத்து நாடாளுமன்ற உறுப்பினர்களும் பசுவதைக்கான முழுத்தடைக்கு ஆதரவாகவே இருந்தனர். ஆனால், மேற்கத்தியமயமாகி அந்நியப் பட்டுப் போயிருந்த இந்தியர்கள் சிலரே அரசியல் சாசன உருவாக்கத்தில் செல்வாக்கு செலுத்தும் அதிகாரத்துடன் இருந்ததால், இந்தியாவுக்கு மேற்கத்திய நகல் வடிவிலான எதிர்காலத்தையே மனதில் கொண்டிருந்தனர். எனவே பசுவதை தொடர்பான சட்டம் இயற்றும் அதிகாரத்தை, குடியரசின் அங்கமான மாநிலங்களிடம் கொடுத்துவிட்டனர். அதை இந்திய அரசியல் சாசனத்தின் மைய அம்சமாக மத்திய அரசின் முழு கட்டுப்பாட்டில் இருக்கும் விஷயமாக வடிவமைத்திருக்கவில்லை.

பிரிட்டிஷார் இந்தியாவை விட்டு வெளியேறியதைப் பயன்படுத்தி உடனேயே பசுவதைக்கு முழு தடையை நாம் திட சித்தத்துடன் கொண்டுவந்திருக்கவேண்டும். இதுபோன்ற உறுதியானது வேறு பல விஷயங்களிலும் நமக்கு இருந்திருக்கவேண்டும். 1946 ஜூன் வாக்கில் பிரிட்டிஷார் இந்தியாவிலிருந்து வெளியேறிவிட முடிவெடுத்தனர். இந்தியர்களைக் கட்டுக்குள் வைக்கும் அளவுக்கு ராணுவ பலம் போதுமான அளவுக்கு இருந்திருக்கவில்லை. இந்தியாவைத் தொடர்ந்து ஆக்கிரமிக்க வேறு வழியும் இருந்திருக்க வில்லை. எனவே இந்தியா விரும்பினாலும் அது அதன் விருப்பபடி செயல்பட முடியாமல் ஆக்கிவிடவேண்டும் என்று தீர்மானித்தனர். அதாவது அதற்காக சிந்திக்கவோ மேம்படுத்திக்கொள்ளவோ

திட்டமிடவோ கால அவகாசம் தரக்கூடாதென்று தீர்மானித்து உடனேயே வெளியேறிவிட்டனர்.

1947 வாக்கில் சுதந்தரம் தருவதற்கு இரண்டு மாதங்களுக்கு முன்புதான் அதைப் பொதுவெளியில் முதன் முதலாக அறிவித்தனர். அனைத்தையும் அவசரகதியில் முடித்தனர். இந்தியர்கள் தாமாக தமது விஷயங்களை முன்னெடுக்க எந்த அவகாசமும் தராமல் இரண்டே மாதங்களில் வெளியேறினர்.

ஆனால், ஏற்கெனவே அவர்கள் போட்டுவைத்த பாதையில் மட்டுமே இந்தியர்கள் பயணம் செய்ய முடியும் என்று ஆக்கியும் வைத்திருந்தனர். பெரும் காயம் பட்ட நிலையில் கைவிடப்பட்டுப் போனதுபோல், தன் காயங்களைத் தானே பெரிதாக்கிக் கொள்வது போல் இந்தியாவின் நிலை ஆனது. சுய ராஜ்ஜியம் தொடர்பான முந்தைய கனவுகள், லட்சியங்கள் எல்லாம் மறந்துபோயின. சுதந்தரம் என்ற பெயரில் இந்தியாவுக்கென்று பிரிட்டிஷார் வடிவமைத்த நிர்வாக, அரசியல் கட்டமைப்புக்குள் மட்டுமே செயல் படும்படியான நிலையில் விட்டுச் சென்றதைக்கூட பிரிட்டிஷாருக்கு நன்றி தெரிவித்து ஏற்கும் நிலையில்தான் இந்தியா அப்போது இருந்தது. அன்றிலிருந்து இந்தியாவின் எளிய மக்கள் கூட்டம் தமது துணிச்சல், தன்னம்பிக்கை ஆகியவற்றை இழந்துவிட்டது. கடந்த ஐம்பது ஆண்டுகளாக முற்றிலும் பின்வாங்கிய நிலையில் இருக்கும்படி ஆக்கப்பட்டுவிட்டது.

1947-ல் நாம் இழந்த உத்வேகத்தை மீட்டெடுக்க இந்தியாவை மறு கட்டமைப்பு செய்தால்தான் சாத்தியம். இந்திய மதிப்பீடுகளுக்கும் சுபாவத்துக்கும் ஏற்ப இந்த மறுகட்டமைப்பு செய்யப்படவேண்டும். பெரும் சுமையாகிப் போய் ஒவ்வொரு துறையின் வளர்ச்சியையும் முடக்கிப்போடும் அந்நிய மதிப்பீடுகளைத் தூக்கித் தூர எறிந்துவிட்டு, இந்தியா தனக்கான வழியில் முன்னேறத் தொடங்கவேண்டும்.

அன்றாட இறைச்சி வெட்டுகள் மூலமாகவும் ஒரு பசுவையோ ஒரு ஜோடி காளையையோ ஒரு கலப்பையையோ கைவசம் வைத்திருக்க முடியாத அளவுக்கு விவசாயிகளைப் பரம ஏழ்மை நிலையில் பிரிட்டிஷ் அரசு தள்ளியிருந்தது. அப்படி 200-300 ஆண்டுகளாக நீடித்த பிரிட்டிஷ் அரசினால் சீர்குலைக்கப்பட்டவற்றைச் சுதந்தரம் பெற்றதும் தெளிவான சிந்தனையும் திடமான முயற்சிகளும் இருந்திருந்தால் மீட்டெடுத்திருக்கலாம். பசுவைப் பாதுகாத்து மங்கலத்தை, வளர்ச்சியைப் பரவச் செய்திருக்கலாம்.

இந்தப் புத்தகத்தில் இடம்பெற்றிருக்கும் சம்பவங்கள் எல்லாம் 19ம் நூற்றாண்டில் இந்தியாவில் நடைபெற்ற மிக முக்கியமான நிகழ்வு ஒன்றைக் கவனப்படுத்தும் நோக்கில் விவரிக்கப் பட்டுள்ளன. 1857-58-ல் நடைபெற்ற சிப்பாய் புரட்சியையும் விட இந்தப் போராட்டமானது மிகப் பெரிய ஓர் இலக்குக்காக இந்தியர்கள் அனைவரையும் ஓரணியில் கொண்டுவந்தது என்ற வகையில் இந்தியர்களுக்கு மிகவும் முக்கியமானது. 1857-58 போராட்டத்தில் பிரிட்டிஷாரினால் மிக அதிக எண்ணிக்கையில் இந்தியர்கள் கொல்லப்பட்டிருந்தனர். 14 ஆண்டுகளாக நடைபெற்ற பசுவதை எதிர்ப்புப் போராட்டத்தில் கொல்லப்பட்டவர்களின் எண்ணிக்கை 10,000க்கு மேல் நிச்சயம் இருந்திருக்காது. ஆனால், பிந்தைய போராட்டத்தின் மூலம் மக்கள் மத்தியில் ஏற்பட்ட உளவியல் ரீதியிலான தாக்கம் மிகவும் ஆழமாகவும் அழுத்தமாகவும் இருந்தது.

1893 வாக்கில் இந்த போராட்டம் வீழ்ச்சி அடையத் தொடங்கியதும் ஒருவிதச் சோர்வு வந்து சூழ்ந்துவிட்டது. ஆனால் அந்த நெருப்பின் கங்குகள் இப்போதும் அணையாமல் இருப்பதை ஒருவர் புரிந்துகொள்ளமுடியும். இந்தியர்களுக்கு 'அதிர்ஷ்டம்' அடித்தால் அந்தப் போராட்டம் என்றைக்கு வேண்டுமானாலும் ஆரம்ப மாகலாம். 1880களில் நடந்த பசுவதை தடுப்புப் போராட்டம் இன்றைய இந்தியாவுக்குப் பல பாடங்களைக் கற்றுத்தருவதாக இருக்கிறது.

பசுவதையைத் தடுப்பதென்பது இந்தியத்தன்மையை மீட்டெடுக்கும் திசையிலான பயணத்தின் முதல் காலடியாக இருக்கும். இந்திய சமூகத்துக்கு கௌரவத்தையும் புனிதத்தையும் மீட்டெடுக்க உதவும். இந்தியாவுக்குச் சுமையாக மாறியிருக்கும் அந்நிய சிந்தனைகள் மற்றும் மதிப்பீடுகளுக்கும் இந்தியாவின் பழங்காலத்து சுயமான சிந்தனை மற்றும் மதிப்பீடுகளுக்கும் இடையிலான முரண் பாடுகளை இந்தியர்கள் பிரக்ஞை பூர்வமாக உணர்ந்துகொள்ளும் போதுதான் இந்த மீட்சியும் மறுமலர்ச்சியும் சாத்தியமாகும்.

ரங்கபூர் மக்கள் (1780 வாக்கில்) கனரா மக்கள் (1830 வாக்கில்) வாரணாசி மக்கள் (1810-11) என்ன உணர்வுகளுடன் போராடி னார்களோ அதற்கு இணையான உணர்வை நாம் பெறவேண்டும். பசு பாதுகாப்பு சார்ந்து பிரிட்டிஷாருக்கு எதிராக நடைபெற்ற போராட்டங்களாக இந்தப் புத்தகத்தில் விவரிக்கப்பட்டிருப்ப வற்றை முன்னெடுத்தவர்கள், பிரிட்டிஷாரின் அடக்குமுறைகளுக்கு

எதிராக யாரெல்லாம் இப்படியான அணுகுமுறையைப் பின்பற்றுகிறார்களோ அவர்கள் மூலமே இந்த மறுமலர்ச்சி சாத்தியமாகும்.

அதிரடியான தீர்வு தேவையென்றால் கிராமப்புறத்தினர் மற்றும் பகுதி கிராமத்தினர் மூலமாக இந்திய அரசியல் சாசனமானது முழுவதுமாக திருத்தி எழுதப்படவேண்டும். அவர்கள்தான் இந்த தேசத்தின் உண்மையான வாரிசுகள்; அதன் பாரம்பரியத்தின் வாரிசுகள். சக மனிதர்களுடனான ஒத்திசைவான வாழ்க்கை, இயற்கையுடனான ஒத்திசைவான வாழ்க்கை ஆகிய அவர்களுடைய சிந்தனைகளின் அடிப்படையில் புதிய அரசியல் சாசனம் வடிவமைக்கப்படவேண்டும். இப்படிச் செய்வதன் மூலம் மேற்கத்திய தாக்கம் பெற்றுத் திசை மாறியவர்களின் செல்வாக்கில் இருந்தும் மேற்கிலிருந்துமே நம் தேசம் விலகி நிற்க வழிபிறக்கும். 'நோய்க்கூறு' கொண்டதாகச் சொல்லப்படும் நாம் நமது இயல்பான ஆரோக்கியத்துக்குத் திரும்பி மகாத்மா காந்தி கனவுகண்ட உலகின் சம மதிப்பு கொண்ட மனிதர்களாக ஆகமுடியும்.

இன்றைய பிரச்னைகளில் இருந்து வெளிவரப் பல வழிகள் உண்டு. இந்திய சமூகத்தை மறுகட்டமைக்கும் முக்கியமான பணியில் நம் பாரம்பரியங்கள், மதிப்பீடுகள், பண்பாட்டுப் பார்வை ஆகியவற்றுடன் தொடர்புடையவகையில் நம் முழு கவனத்தையும் குவித்தால், உலக மக்கள் பலரும் அதனால் கவரப்படுவார்கள்; புத்துணர்ச்சி பெறும் இந்திய சமூகத்துடன் தங்களையும் இணைத்துக்கொள்வார்கள்.

ஸ்ரீ தரம்பால்

சேவாகிராமம்

ஜூலை, 2002.

KizhakkuToday.in

ஒரு புதிய இணைய இதழ்